Faidika na Methali, Nahau na Vitendawili

PHOENIX PUBLISHERS, NAIROBI

Phoenix Publishers Ltd.
Mellow Heights, Ngara Road.
S. L. P. 30474-00100
Nairobi, Kenya.

© Ali Abdulla Ali, 2016

© Michoro: Phoenix Publishers Ltd., 2016

ISBN: 9966-47-879-5

Kimepigwa chapa na:
Ramco Printing Works Ltd
S.L.P 27750-00506
Nairobi, Kenya

Yaliyomo

Utangulizi iv

Dibaji vi

Dhana ya fasihi ix

Methali 1

Zoezi la Kwanza (Methali) 44

Nahau/Misemo 62

Zoezi la Pili (Nahau/Misemo) 78

Vitendawili 87

Zoezi la Tatu (Vitendawili) 102

Majibu ya Mazoezi 111

Marejeleo 135

Utangulizi

Ali Abdulla Ali, mwalimu na mwandishi wa kitabu hiki, amekusanya fani tatu zinazoelekezwa kwenye mafunzo. Fani hizi zina makundi mawili. Kwanza kuna tanzu mbili za fasihi simulizi. Tanzu hizi ni 'methali' na 'vitendawili'. Pia, kuna fani moja ya lugha inayoitwa nahau/misemo, fani ambayo ni nyenzo au mbinu ya fasihi inayovisha matini ya utanzu wowote wa fasihi ili uwe na usanii au pambo la lugha, ingawa nahau/misemo hutumika pia katika mazungumzo na maandishi ya kawaida au ya kila siku nje ya fasihi. Mwalimu na mwandishi huyu, Ali Abdulla Ali, ni mwenye ujasiri mkubwa wa kuchanganya masomo ya fani tatu ambazo kwa kiasi fulani zinatofautiana na kufanya uchangamano mkubwa hasa katika miundo ya fani hizo na pia, kuwa na matumizi ya fasihi simulizi au ya mapambo ya lugha kwa watumiaji wake hasa baina ya watoto na watu wazima. Swala hili la uchangamano lisionekane rahisi kiasi hicho, kwani linaweza kuwa na mjadala mkubwa wa fani ifundishwe, na, wanafunzi wa umri gani wafundishwe.

Kwanza, kuna utanzu wa methali unaosisitizwa kuwa ni wa mawasiliano magumu ya watu wazima. Hii ni kwa sababu wazee wanatumia methali kuwaonya watoto na vijana kwa njia ya kuwapa maadili, busara, hekima na falsafa katika jamii. Lakini methali zinatumika, pia, kwa wazee wenyewe ili waelekezane na waelimishane wenyewe kwa wenyewe.

Pili, kuna utanzu wa vitendawili ambao unasemekana moja kwa moja kuwa ni utanzu unaotumiwa kuwafumbua macho na kuwaelimisha watoto wadogo ili waweze kuelimika na mazingira ya kimaumbile zaidi, ingawa, vilevile, ya kijamii, kidini na kiutamaduni pia - kwa mfano: mimea, wanyama, milima, matunda, mihogo, mabonde na mengineyo.

Tatu, kuna nahau/misemo ambayo ni namna ya pambo la lugha miongoni mwa mapambo mengine kama sitiari, tashbiha, tashhisi n.k. Kusema ukweli, nahau/misemo inatumika pia nje ya fasihi, ingawa ni nyenzo muhimu katika fasihi.

Kwa sababu ya uchangamano wa fani katika mkusanyo wa stadi hizi anazozishughilikia mwandishi, baadhi ya watu wangesisitiza kuwa stadi hizi zifundishwe katika madarasa ya juu ya shule za msingi. Lakini mabingwa wa somo la elimu na wanasaikolojia kila siku wanatuambia kwamba binadamu huanza kujifunza mambo mengi magumu mapema tu baada ya kuzaliwa.

Kwa hivyo, fani hizi zinaweza kufundishwa kwa uhakika. Hili tunaweza kufanya hivyo hasa kwa kuamini kwamba mwalimu atakuwa karibu na mwanafunzi mwenye umri mdogo, ili kumfundisha fani hizi tatu kupitia maarifa yake, mwalimu, ya dunia na weledi wa ufundishaji somo la Kiswahili na fasihi yake.

Ingawa tanzu za methali na vitendawili zina maumbo mafupi ya sentensi mojamoja, bado zina vitu vingi vya kuzingatiwa na kuzungumziwa kama alivyoainisha mwandishi katika kitabu chake: kwa mfano, muundo wa methali; matumzi ya lugha katika methali; maana ya methali; umuhimu wa methali; kazi za methali na kadhalika.

Kitabu hiki kinalenga kumfanya mwanafunzi aweze kubwia fikra njema za ufumbuzi wa macho na kupata uwezo wa kujieleza kikawaida na kifasihi ili baadaye aelekee kuwa mwandishi mahiri wa kazi za kubuni. Bila shaka nahau/misemo si nyenzo au mbinu pekee inayojenga uburudishaji na maana ya fasihi, bali pia nahau/misemo yenyewe ina mjulisho wa tamathali za semi nyingi kama vile sitiari, tashbihi, kinaya na hata picha zinazojengwa kwa matumizi ya lugha na fasihi (taswira) pia tokea zamani.

Kwa vyovyote vile, stadi hizi zinastahiki kufundishwa kwa mwanafunzi, na bora zianze kufundishwa mapema katika shule ya msingi na kuendelezwa kwenye shule ya sekondari na vyuoni, ingawa katika ngazi hiyo kunatakiwa kusomeshwe vipengele vigumu: kwa mfano, vipengele vya methali kama maana za nje na ndani za methali; muktadha katika methali; falsafa; mfanano wa maana za methali na utofauti uliopo ndani ya methali fulani. Au pia kufundisha vitendawili katika kuonesha ufundi wa utanzu huu wa fasihi simulizi, ufundi unaotokana na mafumbo ya mishikamano ya vitu kimaneno.

Kitabu hiki, kwa hivyo, kina faida kubwa kwa mwalimu na mwanafunzi wa shule ya msingi. Kwa kutumia kitabu hiki, mwanafunzi atapewa nafasi nzuri ya kukuza weledi wa lugha ya Kiswahili, fasihi na utamaduni wake. Pia, kazi hii itamkuza mwanafunzi kuipima akili yake kwa kupewa mazoezi ya mafumbo ya methali, chemshabongo ya vitendawili na utamu wa nahau/misemo. Kwa upande wa mwalimu, yeye atapata urahisi wa kuchota chemchemi ya fasihi simulizi kupitia angalau tanzu mbili, methali na vitendawili ukiambatana na nyenzo au mbinu ya fasihi - yaani nahau/misemo.

Prof. Dkt. Said A. Mohamed

Dibaji

Katika kumfunza lugha ya Kiswahili, mwanafunzi anatakiwa, pamoja na mambo mengine, aweze kujieleza kwa lugha ya kisanii – ambayo ni fasihi – kwa kutumia njia ya methali, nahau/misemo na vitendawili vilivyomo katika muhtasari wao.

Tumejaribu kupekua vitabu mbalimbali lakini hatukupata hata kimoja chenye methali, nahau/misemo na vitendawili hivyo – kwa pamoja. Kutokana na hilo tumeona tujiridhishe kwa kuifanya kazi hiyo tukidhamiria kuziba pengo hilo.

Katika mkusanyiko huu wenye anwani ya **Faidika na Methali, Nahau na Vitendawili**, mwanafunzi wa Kiswahili wa shule ya msingi pamoja na mwalimu wake ataweza kufaidika kwa kuwa na kitabu kimoja chenye fani hizi – methali, nahau/misemo na vitendawili – zote katika fumbato moja.

Tanbihi:

(a) Methali

Kwa kila methali, maana yake ya ndani pamoja na muktadha wa matumizi yake imetolewa. Si hivyo tu, ila pia, tumejaribu kuonesha kwa baadhi ya methali jinsi zinavyoweza kusikika zikitamkwa tofauti kulingana na mazingira ya ndimi zinazohusika.

Aidha, tumempa mwalimu na mwanafunzi fursa ya kuona baadhi ya methali zinazofanana na zile zinazokinzana na kisha tumemshirikisha kwa kumwachia mwenyewe agundue jinsi au namna methali hizo zinavyofanana au zinavyokinzana.

(b) Nahau/Misemo

Kila nahau/msemo imefafanuliwa kwa kutolewa maana yake na mfano wa matumizi.

(c) Vitendawili

Kwa baadhi ya vitendawili, kama ilivyo kwa baadhi ya methali, tumejaribu kutaja vingine ambavyo vinafanana navyo kwa kuwa na jibu moja.

Maelezo ya kila kitendawili yanabainisha picha mbalimbali za kimawazo zinazojitokeza katika vitendawili, na, kwa hivyo, kumsaidia mwanafunzi kubaini picha zinazoakisiwa.

Kwa hivyo, mwanafunzi atakuwa na fursa nzuri ya kukielewa kitendawili kwa undani zaidi badala ya kukitongoa tu au kukikariri kama kasukumtu. Kutokana na weledi atakaoupata, bila shaka, ataweza kutunga vitendawili vyake mwenyewe.

Katika kitabu hiki, tumeweka msamiati (maana ya maneno magumu) kila tulipoona pana haja ya kufanya hivyo. Lakini pia tumejaribu kurahisisha maneno mengine tuliyoyahisi magumu kwa kuyaandika kwa italiki (hati mlazo) na kuyawekea maana yake kwenye mabano. Tumefanya hivyo kusudi kitabu hiki, mbali na kuwaongezea msamiati wasomaji wake, kiweze pia kueleweka kwa urahisi, na, kwa hivyo, kukidhi haja iliyokusudiwa.

Ni matarajio yetu makubwa kuwa mwanafunzi atakapomaliza kukisoma kitabu hiki (na hasa kwa msaada wa mwalimu), atakuwa amepata malengo yafuatayo:

Methali
1. Kubaini methali katika mazungumzo na maandishi.
2. Kueleza ujumbe ulio kwenye methali.
3. Kutambua sehemu mbili kuu za methali na uhusiano wazo.
4. Kueleza mafunzo yaliyopo katika methali.
5. Kutumia methali katika miktadha mbalimbali (mazungumzo na maandishi).
6. Kutaja methali zinazokinzana na namna zinavyokinzana.
7. Kutaja methali zinazofanana na namna zinavyofanana.

Nahau/Misemo
1. Kubaini nahau/misemo kwenye mazungumzo na maandishi.
2. Kueleza ujumbe uliopo katika nahau/misemo.
3. Kueleza maana ya nahau/misemo.
4. Kubainisha picha za kimawazo katika nahau/misemo.
5. Kutumia nahau/misemo katika miktadha mbalimbali.
6. Kutumia nahau/misemo katika mazungumzo na maandishi.

Vitendawili
1. Kutega na kutegua vitendawili.
2. Kubaini maana ya maneno yaliyotumiwa katika vitendawili.
3. Kubainisha vitendawili.

4. Kueleza ujumbe uliomo katika vitendawili.
5. Kutumia vitendawili katika mazungumzo.
6. Kubainisha picha mbalimbali za kimawazo zinazojitokeza katika vitendawili.
7. Kueleza matumizi ya vitendawili.
8. Kubaini picha zinazoakisiwa na vitendawili.
9. Kutunga vitendawili.

Mbali na malengo hayo, mwanafunzi atakapomaliza kitabu hiki hatakuwa tu amejiongezea msamiati wake, bali pia, idadi ya methali, nahau/misemo na vitendawili.

Kwa yote hayo, tunashauri kuwa **mwalimu** au **mwanafunzi** afungamane na kitabu hiki mithili ya chanda na pete. Hata hivyo, tuna fahari kubwa mno kwetu sisi kuwa kitabu hiki, mbali na walengwa wake, kinawafaa na wengine, mathalan, wanafunzi wa sekondari na vyuo, waandishi na wenye mahaba ya kukuza lugha hii ya Kiswahili.

Tunamalizia dibaji kwa kumshukuru kwa dhati Prof. Dr. Said A. Mohamed kwa kukubali kuipitia kazi hii na kuiandikia utangulizi.

Angalia:

Katika maelezo ya kitabu hiki kuna vifupisho vilivyotumika. Hivi hapa na maana yavyo:

M.y. = maana yake
Mae. = maelezo
Mat. = matumizi
Mfa. = mfano
Msa. = msamiati
k.m. = kwa mfano
k.v. = kama vile
n.k. = na kadhalika

Dhana ya fasihi

Fasihi ni dhana pana na iliyowahi kuzungumziwa na wataalamu mbalimbali. Katika shule zetu nyingi za msingi kama si zote, fasihi ni kitu kigeni. Mwanga wake huanza kuonekana katika shule za sekondari. Mimi nimelazimika kuigusia kidogo katika kitabu hiki ili kuwawezesha wanafunzi hao kutambua kuwa methali, nahau/misemo na vitendawili - hutumia lugha ya kifasihi.

Ama kwa kiwango chao nahisi labda ingetosha kuitafsiri 'lugha ya **kifasihi**' kama '**lugha safi na nzuri**'.

Tukiongezea kidogo tafsiri hiyo, tutasema 'lugha ya kifasihi' ni lugha **ya kisanii**', yaani lugha ya kiufundi. **Na huo usafi na uzuri wa lugha** kama ya fasihi huanzia hapo penye usanii au ufundi.

Lakini pia si vibaya wao kujua kuwa, "fasihi ni matokeo ya matumizi ya lugha kwa njia isiyo ya kawaida ili kuleta athari maalumu." Hebu angalia mfano ufuatao. 'Kitumbo *ameufuta* wali.'

Katika sentensi hiyo msomaji au msikilizaji, atashangazwa na matumizi ya neno 'ameufuta' kwani neno hilo halikutumika kikawaida. Neno mwafaka au linalosadifu hapo ni 'ameula.' Lakini mwandishi amelitumia neno hilo sio kwa kukosea au bahati mbaya bali kutoa athari maalumu. Athari gani basi?

Kwanza, linatupa *taswira* (picha) ya jinsi ya huyo Kitumbo alivyoula wali huo. Ulaji wake haukuwa wa kawaida. Labda ni muda mfupi tu tangu sahani ya wali iwe mbele yake, lakini mara inaonekana i tupu, **safi na nyeupe kama vile haijawahi kupakuliwa chakula. Na hata ukizidi** kuiangalia kamwe huwezi kuona punje hata moja katika sahani hiyo. Huko ndiko kufuta, tofauti na kula kwa kawaida.

Lakini, pili, ni kuwa tutaendelea kuitafakari lugha yenyewe (na hapa ni neno 'ameufuta') badala ya kuutafakari ujumbe tu uwasilishwao na lugha hiyo. Labda tutaanza kujiuliza ni kwa nini mwandishi ameamua kuliteua na kulitumia neno hilo kutolea ujumbe wake? Ana sababu zipi? Na katika kuendelea kutafakari hivyo, tunaweza kukisia wenyewe kile kilichomsukuma kufanya hivyo. Labda tungeendelea kujiuliza swali jingine. Kwa nini Kitumbo ameufuta huo wali?

Pengine inaweza kuwa ameufuta kwa sababu moja kati ya zifuatazo:
- Alikuwa mlafi au mroho.
- Alikuwa na njaa sana.
- Wali ulikuwa haba.
- Wali ulikuwa mtamu sana na kadhalika.

Yumkini mwandishi ameamua kulitumia neno hilo kutoa picha hiyo. Hali hiyo ya kuteua na kutumia maneno katika njia isiyokuwa ya kawaida ili kuleta athari maalumu ndiko kunakojenga lugha ya kisanii - yaani fasihi.

Hivyo, katika lugha ya fasihi maneno huteuliwa na kutumiwa kiufundi katika kuleta ujumbe uliokusudiwa. Lakini pia maneno hayo mateule ni viungo vya kuichapuza lugha kwa kuipa ladha tamu isiyokinaisha.

Laiti fasihi ingekuwa pilau, basi wangekula walao mpaka basi, na papo, wangetamani kuendelea kula kama vile hawajawahi kuona chakula.

Labda tumalizie sehemu hii kwa kusema kuwa, fasihi ni sanaa ya lugha yenye ubunifu inayojaribu kusawiri (kuchora) vipengele vya maisha, uhusiano na hisia za watu katika muktadha fulani.'

Sanaa hiyo ina uhusiano wa karibu sana na fani hizi tunazozizungumzia - methali, nahau/misemo na vitendawili. Kwanza, fani hizo hutumia lugha ya fasihi na pili, huwahusu watu na maisha yao.

Lugha ya methali, nahau/misemo na vitendawili ni ya kisanaa kwani hutumia mbinu mbalimbali katika kutoa wazo au maana kuhusu kitu au jambo fulani.

Mbinu hizo (za kisanaa) zinazotumika katika kutoa ujumbe wa methali, nahau/misemo na vitendawili ni pamoja na:

1. **Udamisi/Chuku:** Ni usemi unaoshawishi na kuathiri kwa kuongezewa chumvi.
   Mfano: Chovyachovya humaliza buyu la asali. (Methali)

2. **Dhihaka:** Ni usemi wenye maneno ya kumhujumu na kumdhihaki mtu.
   Mfano: Kitu kidogo kimemtoa mfalme kitini. (Haja ndogo) (Kitendawili)

3. **Kejeli:** Ni usemi ambao maana ya ndani ni kinyume na yale yasemwayo au maneno ya kebehi na dharau ya kisirisiri.
   Mfano: Hawi Mussa kwa kuchukua fimbo./Sindano huwa na uzi na kushona isiweze. (Methali)

4. **Maswali balagha:** Ni semi zenye kuuliza.
   Mfano: Mzigo uko kichwani kwapa lakutokeani jasho?/Pilipili usiyoila yakuwashiani? (Methali)

5. **Mchezo wa maneno:** Ni usemi wenye kucheza na maneno.
   Mfano: Pema usijapo pema ukipema si pema tena. (Methali)

6. **Mliolio/Tanakali za sauti:** Ni usemi unaotumiwa kurejelea sauti ambayo inaigiza jinsi kitu fulani kiangukavyo, kilivyo, kiliavyo, na kadhalika.
   Mfano: 1. Parr, mpaka Makka! (Utelezi) (Kitendawili)
   2. Tumbukia tubwi! (Ingia matatani kabisa) (Nahau/Msemo)

7. **Msisitizo:** Ni usemi wa kusisitiza maneno kwa kuyarudiarudia.
   Mfano: Papo kwa papo kamba hukata jiwe. (Methali)

8. **Nasiha:** Ni usemi uliojaa nasaha na busara.
   Mfano: Mwenda pole hajikwai. /Mwenye kusubiri hajuti. (Methali)

9. **Picha na taswira:** (kwa kutumia wanyama au sehemu za mwili).
   Mfano: Ukitaka kula nguruwe chagua aliyenona. /Ukitaka kuruka agana na nyonga. (Methali)

10. **Simango:** Ni usemi wenye kumkebehi au kumdharau mtu moja kwa moja bila ya kumficha au kumpigia fumbo.
    Mfano: Jogoo la shamba haliwiki mjini. (Methali)

11. **Sitiari:** Ni usemi wenye maana ya kuhusisha kitu kimoja na kingine. Vitu hivyo huhusishwa kutokana na sifa zinazofanana.
    Mfano:
    a) Mke ni nguo mgomba kupalilia. (Methali)
    b) Damu ya simba imetawanyika lakini nzi hawathubutu kutua wakaila ingawa wanaitamani sana. (Moto na Watu) Hapa, moto ambao ni muhimu ingawa ni hatari umehusishwa na damu ya simba na nzi wamehusishwa na watu au wanaofaidika na moto. (Kitendawili)
    c) Pata jiko (Oa) (Nahau/Msemo)
    d) Pono usingizi (Mlalavi) (Nahau/Msemo)

12. **Taashira/Ishara:** Ni usemi ambao neno huwakilisha neno, kitu, mtu au maana nyingine inayohusiana nalo.
    Mfano: Kondoo wangu mweupe kachafua njia nzima. (Konokono). (Kitendawili)

13. **Tabaini/Ukinzani:** Ni usemi wenye dhana ya kukinzana lakini maana ya kimsingi haitenguki.
    Mfano: Wagombanao hupatana. / Wagombanao ndio wapatanao. (Methali)

14. **Takriri:** Ni usemi wenye kurudiarudia maneno au wenye maneno yaliyorudiwarudiwa au ni usemi unaojidhihirisha katika neno au kifungu cha maneno kwenye mfululizo na mfuatano wa sentensi.

    Mfano: Huku fungu na huku fungu katikati bahari. (Nazi)/Mama kazaa mtoto na mtoto kazaa mtoto na mtoto kazaa mtoto. (Kuku na Yai Vitendawili)

15. **Tashbihi:** Ni usemi wa kufananisha au kulinganisha vitu viwili au zaidi.

    Mfano: Kawaida ni kama sheria. (Methali)

16. **Tashihisi:** Ni usemi wenye kukipa kitu kisicho na uhai sifa ya kitu chenye uhai au ni usemi ambao vitu visivyo na uhai hupewa uwezo wa kutenda kama binadamu.

    Mfano: Siri ya mtungi aijuaye kata. (Methali)

17. **Tasifida (usafidi) pia tauria:** Usemi ambao unajaribu sana kukwepa karaha au uchafu ili kuwezesha hata matusi kutamkwa hadharani. Au, ni usemi ambao unaficha hali fulani ambayo inahisika kuwa itakuwa na athari fulani isiyokuwa nzuri.

    Mfano:
    a) Vunja ungo (badala ya 'baleghe') (Nahau/Msemo)
    b) Mficha uke hazai. (badala ya: mficha 'uchi' hazai.) (Methali)

18. **Ushairi:** Utumiaji wa mapigo ya kimuziki kwa utaratibu maalumu na lugha ya mkato na mpangilio maalumu.

    Mfano:
    a) Pa funua pa funika. (Nyayo wakati wa kutembea) (Kitendawili)
    b) Haraka haraka haina baraka. (Methali)

Maana ya methali, kitendawili, na, au nahau/msemo hutegemea mazingira, muktadha na utamaduni wa jamii inayohusika. Sasa tuziangalie fani hizo mojamoja.

Methali

(i) Dhana ya methali

Methali ni kifungu cha maneno yanayosemwa kwa ufasaha na usanii kuelezea ukweli wa maisha au kutolea nasaha.

Au, methali ni semi au kauli zenye busara na mafunzo kuhusu maisha na uhusiano wa watu.

Kwa jumla, methali hubeba maana au dhana pana inayowakilishwa kwa maneno machache.

Mfano:

1. **Abadi abadi kamba hukata jiwe.**
   M.y.: Milele milele kamba huishia kukata jiwe.
   Mat.: Methali hii hutumiwa kutunasihi tusikate tamaa tunapolifanya jambo fulani hata kama jambo hilo linaonekana kuwa gumu. Tukiendelea kujaribujaribu hatimaye tutaishia kufanikiwa.

2. **Bendera hufuata upepo.**
   M.y.: Bendera hupepea kuelekea upande unakoelekea upepo.
   Mat.: Methali hii huweza kutumiwa kwa watu ambao hawana hiari bali kuwafuata wengine tu. Pia, hutumiwa kumzindua mtu ambaye hana msimamo (anashika hili na mara hili), ili awe na msimamo maalumu.

3. **Chanda chema huvikwa pete.**
   M.y.: Kidole kizuri ndicho kinachovishwa pete.
   Mat.: Methali hii hutumiwa kuelezea kwamba aghalabu, tuzo humwendea mtu mwenye sifa nzuri. Inatufunza faida za kuwa na tabia njema au mwenendo mzuri.

4. **Dalili ya (u)shehe (ni) kilemba.**
   M.y.: Kwa kawaida mashehe huvaa kilemba ambacho huwa kama kitambulisho chao.

Methali

Mat.: Methali hii inatufunza kuwa kila jambo lina ishara au kaida zake.

5. **Embe dodo sawa (sawa) na kisukari.**

M.y.: Embe dodo huwa kubwa, laini na tamu kama lilivyo embe kisukari ambalo huwa dogo.

Mat.: Methali hii inatufunza umuhimu wa kukichukua kitu tunachokipata hata kama sio sawa kabisa na kile ambacho tulikikusudia.

Methali nyingi ni za kale au za kimapokeo. Hata hivyo, methali mpya zinaendelea kuibuka. Methali ambazo zinaonekana kuwa si za zamani sana ukizilinganisha na nyingine ni pamoja na hizi zifuatazo:

Dunia ni darubini.
Dunia ni maabara.
Elimu ni maisha si vitabu.
Elimu ni mali ambayo adui hawezi kuiteka.
Fedha fedheha.

Methali za Kiswahili ni nyingi sana. Miongoni mwazo zipo zinazofanana na pia zinazokinzana ingawa hizi za pili si nyingi.

Mfano wa methali zinazofanana

1. Damu nzito kuliko maji. // Mla nawe hafi nawe ila mzaliwa nawe.
2. Leo ni leo asemaye kesho mwongo. // Linalowezekana leo lisingoje kesho.
3. Mchama ago hanyele huenda akauya papo. // Mwenda tezi na omo hurejea ngamani.
4. Mvumilivu hula mbivu. // Subira ni ufunguo wa heri/faraja.
5. Penye miti hakuna wajenzi. // Upele humwota asiye na kucha.

Mfano wa methali zinazokinzana au zinazopingana

1. Bahati ni chudi. // Jitihada haiondoi kudura.
2. Baniani mbaya kiatu chake dawa. // Ukipenda boga upende na ua lake.
3. Mpanda ovyo hula ovyo. // Kitema kuni temato.
4. Ngojangoja huumiza matumbo. // Mwenye pupa hadiriki kula tamu.
5. Mgaagaa na upwa hali wali mkavu. // Bahati ya mwenzio usiilalie mlango wazi.

(ii) Muundo wa methali

Methali nyingi huwa na muundo wa kugawika sehemu mbili. Sehemu ya kwanza ni chanzo cha methali au kichocheo cha kutolea wazo fulani. Sehemu ya pili ni matokeo, na hulikamilisha au hulikanusha wazo hilo. Hivyo, sehemu hizo za mgawiko (wa methali) huwa zinakamilishana kimaana.

Mfano:

	Sehemu ya kwanza	Sehemu ya pili
1.	Haba na haba	hujaza kibaba.
2.	Kawia	ufike.
3.	Mgaagaa na upwa	hali wali mkavu.
4.	Pang'okapo jino	pana pengo.
5.	Titi la mama li tamu	jingine halishi hamu.

Zipo baadhi ya methali zinazoonesha **ukinzani** wa maneno au zenye sifa ya kupingana katika muundo wake.

Kwa mfano:
1. Amani haiji ila kwa ncha ya upanga.
2. Embe dodo ni sawa na kisukari.
3. Kuinamako ndiko kuinukako.
4. Mgeni pofu ingawa ana macho yake.
5. Naije baa iondoe baa.

(iii) Matumizi ya lugha katika methali

Methali hutumia lugha ya picha na mafumbo katika kuufikisha ujumbe wake. Lugha hiyo hutumia mbinu zifuatazo.

Udamisi/Chuku
1. Kucha kwingi kwachonga utumwa.
2. Papo kwa papo kamba hukata jiwe.

Methali

Kejeli
1. Hindi ndiko kwenye nguo na wendao tupu wako.
2. Kinyozi hajinyoi (akijinyoa hujikata).
3. Mfinyanzi hulia gaeni.
4. Mganga hajigangi.
5. Uzuri wa mkakasi ndani kipande cha mti.

Simango
1. Ganda la mua la jana chungu kaona kivuno.
2. Jino la pembe si dawa ya pengo.
3. Wanja wa manga si dawa ya chongo.

Sitiari
1. Jambo usilolijua ni usiku wa giza.
2. Kufa kikondoo ndiko kufa kiungwana.
3. Kukopa harusi kulipa matanga.
4. Mapenzi ni majani huota popote.
5. Mgeni ni kuku mweupe.
6. Mke ni nguo, mgomba (ni) kupaliliwa.

Msisitizo
1. Chelewachelewa utamkuta mwana si wako.
2. Shikeshike na mwenyewe nyuma.
3. Papo kwa papo kamba hukata jiwe.

Mkinzano wa maneno
1. Anayetaka hachoki hata akichoka keshapata.
2. Kipya kinyemi ingawa kidonda.
3. Kuinukako ndiko kuinamako.
4. Kukopa harusi kulipa matanga.
5. Mtu hakatai wito hukataa aitiwalo.
6. Mwana kidonda mjukuu kovu.
7. Mwanzo kokochi mwisho nazi.

Methali

Nasiha

1. Mwendapole haumii mguu.
2. Ukitaka kuruka agana na nyonga.
3. Usiku ni libasi bora.
4. Ving'aravyo vyote si dhahabu. /Si vyote ving'aavyo ni dhahabu.

Tashihisi

1. Dau la mnyonge haliendi joshi.
2. Kiburi si maungwana.

Tashbihi

1. Juzi na jana ni kama leo.
2. Ng'ombe na mbuzi ni wamoja mtu baki ni kondoo.
3. Utajiri ni kama umande.
4. Ujana ni kama moshi.
5. Ufalme ni kama maua.

Takriri

1. Awali ni awali hakuna awali mbovu.
2. Bandu bandu huisha gogo.
3. Hayawi hayawi huwa.

Maswali

1. Hutumiaje mchuzi nyama usile?
2. Kisauni kutamea mvinje?
3. Kuku alaye mtama atakuwaje na nyama?
4. Mavi usiyoyala wayawingiani kuku?
5. Mchele ni mui na wapishi nao?

Mchezo wa maneno

1. Anayetaka hachoki hata akichoka keshapata.

Methali

Picha na taswira kwa kutumia wanyama au sehemu za mwili

(a) Wanyama

1. Asiyemjua simba atazame mtegowe.
2. Gombe kuu (li) kundini mwa ndama. (Pia kitendawili: Mwezi na Nyota)
3. Maneno matamu humtoa nyoka pangoni.
4. Mbwa koko mkali kwao.
5. Mzoea punda hapandi farasi.

(b) Sehemu za mwili

1. Cha kichwa kitamu na cha mkia kitamu.
2. Domo kaya samli kwa mwenye ng'ombe.
3. Kata pua uunge wajihi.
4. Kufa kwa mdomo mate kutawanyika.
5. Nguo ya kuazima haisitiri matako.

(iv) Umuhimu wa methali

1. Kupamba mazungumzo na maandishi.
2. Kuonya, kushauri na kuwarudi wanajamii.
3. Kuwakosoa na kuwakejeli watu.
4. Kuelimisha.
5. Kueleza utamaduni na maisha ya watu.
6. Kuburudisha.

Baada ya kupitia dhana, muundo, matumizi ya lugha katika methali na umuhimu wa methali kwa jumla, sasa tuendelee kusoma methali zilizokusudiwa.

A

1. Ahadi ni deni.

Msa: **Ahadi** ni sharti analojipa mtu kulitimiza. **Deni** ni kitu anachodaiwa mtu.

M.y.: Mtu anapokopa ni lazima alipe. Basi vivyohivyo akiweka ahadi ni lazima aitimize.

Mat.: Methali hii inatukumbusha juu ya umuhimu wa kuzitimiza ahadi tunazoziweka au tunazozitoa.

2. Aibu ya maiti aijuaye mwosha.

Pia: Aibu ya maiti aijua mwosha.

Msa.: **Maiti** ni mfu. **Mwosha** (hapa) ni mtu anayemwosha maiti kabla ya kuzikwa.

M.y.: Mtu anayemwosha maiti ndiye anayejua kasoro yoyote aliyonayo maiti.

Mat.: Methali hii inatufundisha kuwa mtu anayefahamu dosari za mtu fulani ni yule anayehusiana naye kwa karibu.

Methali nyingine zinazofanana na hii ni

1. Adhabu ya kaburi aijuaye maiti.
2. Ajuaye *misonoye* (mikoromo yake) ni alalaye naye.
3. Chawa aumaye yu upindo wa ndani.
4. Kikulacho ki nguoni (mwako).
5. Kitanda usichokilalia hukijui *kunguniwe* (kunguni wake).
6. Mvuvi ndiye ajuaye pweza alipo.
7. Nyumba usiyoilala huijui *ila* (aibu) zake.
8. Siri ya mtungi muulize kata.
9. Tamu ya muwa aijua mwonja.

3. Akiba haiozi.

Msa.: **Akiba** ni kilichotengwa kwa ajili ya matumizi ya baadaye.

M.y.: Kitu kilichotengwa au kuhifadhiwa huweza kumfaa mtu wakati wa shida; hakiozi.

Mat.: Methali hii inatukumbusha kujiwekea akiba ili ije itufae tutakapokuwa na shida.

Methali

4. **Akufaaye kwa dhiki ndiye rafiki.**

Pia: Akufaaye kwa tabu ndiye sahibu.
M.y.: Mtu anayekufaa au kukusaidia unapokuwa na dhiki ndiye rafiki yako hasa au wa dhati (kweli).
Mat.: Methali hii hutufunza kuwa rafiki au sahibu wa kweli ni yule anayetusaidia tunapokuwa na shida.

5. **Akumulikaye mchana usiku atakuchoma.**

Pia: Akumulikaye mchana usiku hukuchoma.
M.y.: Mtu akumulikaye mchana ni dhahiri kuwa usiku anaweza kukuchoma.
Mat.: Methali hii inatufunza kujihadhari na watu waovu ambao walishawahi kututendea uovu tukasalimika. Tujue kuwa mara nyingine wakipata fursa wanaweza kutuangamiza kabisa au moja kwa moja.

6. **Asiyefunzwa na mamaye hufunzwa na ulimwengu.**

Msa.: *Ulimwengu* ni mambo ya dunia.
M.y.: Mtoto asiyefunzwa adabu na desturi nzuri nyumbani kwao - yaani kwa wazazi wake - atafunzwa na ulimwengu.
Mat.: Methali hii hutumiwa kumsuta kijana au mtu aliyepuuza mashauri ya wazazi wake na kuishia kwenye dhiki na tabu kubwa.

Methali nyingine inayofanana na hii ni:
Asiyesikia la mkuu huvunjika guu.

7. **Asiyesikia la mkuu huvunjika guu.**

Pia: Asiyesikia la mkuu hufikwa na makuu.
Msa.: *Mkuu* ni mzee au mtu aliyekuzidi kwa umri au maarifa; aliyekutangulia.
M.y.: Asiyefuata ushauri wa aliyemzidi hufikwa na matatizo.
Mat.: Methali hii inatufundisha kufuata ushauri wa wazazi au watu waliotuzidi kwa umri au maarifa. Pia hutumika kuwasuta watu waliopata madhara au matatizo kutokana na kupuuza nasaha au ushauri wa wazazi wao au watu waliowazidi.

Methali

Methali nyingine zinazofanana na hii ni
1. Asiyefunzwa na wazazi hufunzwa na walimwengu.
2. Mkaidi hafaidi mpaka siku ya Idi.
3. Tuone ndipo tuambe kusikia si kuona.
4. Ukupigao ndio ukufunzao.

8. Asiyeuliza hana ajifunzalo.

Pia: Asiyeuliza hanalo ajifunzalo.
M.y.: Mtu asiyeuliza hawezi akajifunza kitu. Anayetaka kujifunza hapaswi kuogopa kuuliza hata kidogo.
Mat.: Methali hii hutumika kuwanasihi watu waache kuona aibu au tabu kuuliza wanapotaka kujifunza. Anayeuliza hutaka kujua.

Methali zinazofanana na hii ni
1. Aliyelala usimwamshe ukimwamsha utalala wewe.
2. Kuuliza si ujinga.
3. Mlilala hadingwadingwa, mwemacho haambiwi tule. (Aliyelala hana njaa na aliye macho haambiwi tule).
4. Mwe(nye) macho haambiwi tazama.
5. Mwenye uchungu haambiwi lia.

Methali inayokinzana nayo ni
Kimya kimya si ujinga ni maneno kupeleleza.

9. Avumaye baharini papa kumbe na wengine wapo.

Msa.: **Avumaye** ni anayezungumziwa au anayejulikana na watu wengi. Papa ni samaki mkubwa wa baharini anayeliwa.
M.y.: Anayezungumziwa au anayejulikana sana baharini ni samaki anayeitwa papa kumbe kuna wengine pia.
Mat.: Methali hii huweza kutumiwa kila yanapotokea makosa ambapo hulaumiwa mtu mmoja tu ilhali (hali ya kuwa) watu kama hao wapo wengi lakini hawaonekani. Aidha, kama kuna mtu hodari wa kufanya jambo fulani, kisha akatokea mwingine anayemzidi, methali hii pia hutumika.

Methali zinazofanana na hii ni
1. Udogo si hoja.

Methali

2. Udogo wa kimo una mambo.
3. Wembamba wa reli garimoshi linapita.
4. Usidharau wembamba wa reli garimoshi hupita.

B

10. Baada ya dhiki faraja.

Pia: Baada ya dhiki faraji.
Msa.: **Dhiki** ni hali ya kutokuwa na raha; tabu; mashaka.
Faraja (pia: faraji) ni utulivu wa moyo hasa baada ya kuondokewa na maumivu au shida.

M.y.: Baada ya dhiki si dhiki, ni nafuu.
Mat.: Methali hii hutumiwa kumpa moyo mtu ambaye yumo katika tabu au mashaka kwamba asikate tamaa na kwamba ipo siku ambayo ataondokewa na tabu au mashaka hayo. Atafarijika.

11. Baada ya kisa mkasa.

Pia: Baada ya chanzo kitendo.
Msa.: **Kisa** ni sababu; ajili; maana. **Mkasa** ni jambo au tukio la msiba au maafa unaomfika mtu.
M.y.: Kila tukio linalotokea huwa na sababu zake au chanzo chake.
Mat.: Methali hii inatufunza kuwa hakuna jambo linalotokea vivi hivi tu pasi na asili au chanzo.

12. Bandu bandu huisha gogo.

Pia: Bandu bandu humaliza gogo.
Msa.: **Bandu bandu** ni kubandua (kumega) kitu kidogokidogo.
M.y.: Gogo huisha baada ya kubanduliwa vibanzi kidogokidogo.
Mat.: Methali hii inatuonesha kuwa hata jambo kubwa lisilowezekana kufanywa na kwisha kwa mara moja, litakwisha tu baada ya kufanywa kidogo kidogo. Tuache kufanya mambo yote kwa pamoja au mara moja kama haiwezekani.

Methali nyingine zinazofanana na hii ni

1. Abadi abadi (milele milele) kamba hukata jiwe.

2. Chovya chovya humaliza buyu la asali.
3. Haba na haba hujaza kibaba.
4. Mwanzo kokochi mwisho nazi.
5. Mwanzo wa (u)kili chane mbili.
6. Mwanzo wa ngoma ni lele.
7. Mwanzo wa safari ni hatua (safari hatua).
8. Papo kwa papo kamba hukata jiwe.
9. Polepole ya kobe humfikisha mbali.
10. Taratibu/polepole ndio mwendo.
11. Usipoziba ufa utajenga ukuta.

Methali inayokinzana nayo ni
    Jitihada haiondoi kudura.

13. Baniani mbaya kiatu chake dawa.

Msa.: **Baniani** ni Mhindu wa dini ya Kihindu, aghalabu, mfanyabiashara.
M.y.: Baniani anaweza akawa mbaya lakini ikawa unavipenda viatu anavyoviuza.
Mat.: Methali hii hutumiwa kutuzindua kuwa mtu hawezi kuwa mbaya kwa yote au kabisakabisa, hakosi kuwa na uzuri au wema japo kidogo. Hivyo, si aula (vyema, bora) kuwachukia wengine kwa ubaya wao kwani ipo siku hata wao wanaweza kutufaa au kutusaidia.

Methali nyingine zinazofanana na hii ni
1. Hutumiaje mchuzi nyama usile?
2. Kangaja simle, mchuzi kitoweo.

Methali inayokinzana nayo ni
    Ukipenda boga upende na ua lake.

14. Dalili ya mvua ni mawingu.

Msa.: **Dalili** ni alama ya kuonesha hali au kitendo fulani.
M.y.: Mawingu ni alama ya kutaka kunyesha mvua. Utaona mawingu yamefinga (yamepiga weusi) angani.

Methali

Mat.: Methali hii hutufunza kuwa jambo fulani linapotaka kutokea, dalili, alama au ishara za jambo hilo huanza kutangulia.

Methali nyingine zinazofanana na hii ni
1. Dalili ya (u)shehe (ni) kilemba.
2. Nyota njema huonekana asubuhi.
3. Rasharasha ndiyo mwanzo wa mvua.

15. Damu ni nzito kuliko maji.

M.y.: Damu haiwezi kulinganishwa na maji kwa vyovyote vile.

Mat.: Watu wenye uhusiano wa damu huoneana uchungu kuliko wale wasio na uhusiano huo. Uhusiano wa kidamu ndio mzito.

Methali nyingine zenye kufanana na hii ni
1. Akufaaye kwa dhiki ndiye rafiki.
2. Damu ni damu si kitarasa.
3. Isipowasha hunyeza.
4. Kafiri akufaaye si Isilamu asiyekufaa.
5. Maji ya nyangwa mamoja.
6. Mla nawe hafi nawe ila mzaliwa nawe.
7. Ng'ombe na mbuzi ni wamoja, mtu kando (mbali) ni kondoo.
8. Zobe na msuwele (vinyama vya baharini) ni wamoja.

Methali inayokinzana nayo ni
Udugu ni kufaana, udugu si kufanana.

16. Dau la mnyonge haliendi joshi.

Msa.: **Dau** ni chombo kama jahazi dogo kilichochongoka mbele na nyuma, kisicho na mirengu, hutumika kuvulia samaki au kuvushia watu. **Mnyonge** ni mtu wa hali ya chini; kabwela. Joshi ni kwa kasi.

M.y.: Chombo cha maskini hakiwezi kwenda kwa kasi kwa kuwa hakikosi kuwa na matatizo.

Mat.: Methali hii hutumiwa kulipigia mfano jambo analolifanya maskini na ambalo halinyooki kutokana na uwezo wake duni.

Methali nyingine zinazofanana na hii ni
1. Maskini ana kamba ya kiuno.
2. Maskini haokoti, akiokota huambiwa keba (kaiba).
3. Mbuzi wa maskini hazai.
4. Mbuzi wa maskini hufa tasa.

17. Fimbo ya mnyonge ni umoja.

Msa.: **Fimbo** ni kipande cha mti kinachotumiwa hasa kwa kumpigia mtu au mnyama; bakora.
M.y.: Fimbo au silaha ya mtu asiyekuwa na nguvu ni umoja. (Kwani umoja ni nguvu)
Mat.: *Tazama:* Umoja ni nguvu, utengano ni udhaifu.

18. Haba na haba hujaza kibaba.

Msa.: **Haba** ni kidogo; kisichotosha.
M.y.: Kujiwekea kitu kidogokidogo, hatimaye huwa kingi.
Mat.: Methali hii hutumiwa kutushajiisha tuthamini vitu vidogovidogo kwani kilicho kingi hutokana na kidogo.

Methali nyingine zinazofanana na hii ni
1. Atakaye kufuga ng'ombe aanze na kuku.
2. Kibuzi na kibuzi hununua jahazi.

19. Hakuna marefu yasiyo na ncha.

Pia: Hakuna marefu yasiyokuwa na ncha.
Hakuna refu lisilo na ncha.
M.y.: Hakuna jambo lisilokuwa na mwisho.
Mat.: Methali hii hutumiwa kumtia moyo mtu mwenye mzigo wa shida au jambo lolote zito, ajue kuwa hakuna jambo la kudumu. Kila jambo lina mwisho wake.

Methali

Methali nyingine zinazofanana na hii ni
1. Baada ya dhiki faraja (faraji).
2. Bahari kuu ndiyo ivukwayo.
3. Penye wimbi na milango i papo.

20. Hakuna masika yasiyo na mbu.

Pia: Hakuna masika yasiyokuwa na mbu.
Msa.: **Masika** ni msimu wa mvua nyingi.
M.y.: Kila mvua nyingi zikinyesha huwa kuna mbu. Huleta mbu kutokana na kuwapo kwa maji ambayo ni chanzo kikubwa cha mazalio ya mbu.
Mat.: Methali hii hutufunza kuwa hakuna kitu kisichokuwa na kasoro. Hata vitu muhimu katika maisha yetu, kama mvua, vina kasoro kwa kutuletea mbu. Tujue kila kitu kina uzuri na ubaya au faida na hasara.

Methali nyingine zinazofanana na hii ni
1. Hakuna kapa lisilokuwa na usubi.
2. Hakuna koko lisilokuwa na mbu.

21. Hakuna msiba usio na mwenziwe.

Pia: Hakuna msiba usiokuwa na mwenzi.
Msa.: **Msiba** ni huzuni inayosababishwa na kifo au maafa makubwa. **Mwenzi**(we) ni mshirika (wake) katika hali au shughuli.
M.y.: Matatizo yakianza kuja mara nyingi hayasimami bali yanaongozana.
Mat.: Methali hii hutumika kumfariji (kumliwaza) mtu aliyefikwa na matatizo mengi sana ili apige moyo konde maana hivyo ndivyo dunia ilivyo. Lakini pia humtaka azidi kuwa na subira na uvumilivu kwa kumkumbusha kuwa anapopatwa na matatizo asidhani kuwa ni yeye peke yake aliyefikwa. Kuna watu wengi tu ambao hupatwa na matatizo kama au zaidi yake.

22. Harakaharaka haina baraka.

M.y.: Jambo linalofanywa kwa pupa huwa halinyooki au haliendi vizuri.
Mat.: Methali hii inamfunza mtu umuhimu wa kuyafanya mambo

yake kwa utaratibu ikiwa anataka mambo hayo yaongoke au yafanikiwe. Wengine husema Mambo mazuri hayataki haraka.

23. Hasira hasara.

M.y.: Hasira haina mwisho mwema. Aghalabu, matokeo ya hasira ni hasara.

Mat.: *Tazama:* Hasira za mkizi furaha ya mvuvi.

24. Hasira za mkizi furaha ya mvuvi.

Pia: Hasira za mkizi tijara ya mvuvi.

Msa.: *Hasira* ni hamaki; ghadhabu. *Mkizi* ni aina ya samaki wa baharini. *Mvuvi* ni mtu afanyaye kazi ya kuvua samaki.

M.y.: Mkizi anapokuwa na hasira (k.v., ya kufumwa na ndoana ya mshipi wa mvuvi) hurukaruka na wakati mwingine husadifu kudondokea ndani ya dau la mvuvi. Hivyo, hasira zake huishia kumfaidisha mvuvi.

Mat.: Methali hii hutumiwa kumwonya mtu mwenye hasira za karibukaribu aache tabia hizo kwani afanyapo hasira huwa anajidhuru mwenyewe na kumpa faida yule anayemfanyia hasira.

Methali nyingine inayofanana na hii ni

Hasira hasara.

25. Heri kenda shika kuliko kumi nenda uje.

Pia: Kenda fumbata si kumi nenda urudi.
Kenda fumbata si kumi njoo kesho.

Msa.: *Kenda* ni tisa.

M.y.: Ni bora mtu akupe tisa sasa hivi kuliko kumi za kwenda ukirudi kabla uzipate.

Mat.: Methali hii huweza kutumiwa kwa mtu mwenye tamaa ambaye ameacha kichache kilichopo tayari hivi sasa kwa tamaa ya kingi kisichokuwepo au cha baadaye.

Methali nyingine zinazofanana na hii ni

1. Bora nusu kitumbua mkononi kuliko kitumbua kizima kilicho dukani.
2. Fimbo ya mbali haiuwi nyoka.

3. Hamadi kibindoni, silaha iliyo mkononi.
4. *Mshikeni* (mkamateni) si *mzingeni* (mtafuteni).
5. Punje moja ya mtama ni bora kuliko almasi.
6. Usiache kunanua kwa kutega.

26. **Jambo usilolijua ni kama usiku wa giza.**

Pia: Usilolijua ni usiku wa giza.
M.y.: Jambo usilolijua ni kama usiku wa giza.
Mat.: Methali hii hutufunza kuwa tusijitie ujuaji kwa mambo tusiyoyajua. Ni vyema tukanyamaza tu maadamu hatuyajui.

Methali nyingine zinazofanana na hii ni
1. Adhabu ya kaburi aijuaye maiti.
2. Aibu ya maiti aijuaye mwosha.
3. Funika hailingani na wazi.
4. Kitanda usichokilalia hukijui kunguniwe.
5. Maji usiyoyafika huyajui wingi wake.
6. Majumba makubwa husitiri mambo.
7. Nyumba usiyolala ndani huijui ila zake.
8. Pori usilolijua huliendei ovyo.
9. Sahani iliyofunikwa kilichomo kimesitirika.
10. Siri ya maiti aijuaye mwosha.
11. Siri ya mtungi aijuaye kata.
12. Siri ya ndani aijuaye ni mwenye nyumba.
13. Uchungu wa mwana aujua mzazi.

27. **Jogoo wa shamba hawiki mjini.**

Pia: Jogoo la shamba haliwiki mjini.
M.y.: Jogoo wa shamba akipelekwa mjini hawezi kuwika kwa vile mazingira hayo ni mapya kwake.
Mat.: Methali hii inatukumbusha kuwa tunapokuwa ugenini hatuwezi kufanya mambo kwa uhuru au kwa kujifaragua kama tunapokuwa nyumbani.

Methali nyingine inayofanana na hii ni
>   Kanga hazai *ugenini* (utumwani).

28. Jungu kuu halikosi ukoko.

Msa.: **Jungu** kuu ni chungu kikubwa sana kinachotumiwa kupikia chakula cha karamu. Ukoko ni masazo au mabaki ya chakula yanayoganda kwenye chombo kilichopikiwa chakula hicho.
M.y.: Jungu kubwa lililotumika kupikia halikosi mabaki ya chakula.
Mat.: Methali hii hutumiwa kwa mtu aliyekuwa tajiri halafu akaishiwa. Mtu kama huyo huaminika kuwa hawezi kukosa akiba walau kidogo.

Methali nyingine zinazofanana na hii ni
1. Chombo kilichopikiwa samaki hakiachi kunuka vumba.
2. Kuishi kwingi kuona mengi.
3. Mtondoo haufi maji.
4. Mtu haachi asili yake.
5. Mwenye tumbo ni tumbole angafunga mkaja.
6. Mzazi haachi ujusi.

29. Kata pua uunge wajihi.

Msa.: **Wajihi** ni sura ya mtu; uso.
M.y.: Kata pua ili uweze kuunganisha au kutengeneza uso.
Mat.: Methali hii huweza kutumiwa kumpigia mfano mtu anayefanya jambo ambalo ingawa ni gumu au baya au linalohasiri lakini hatimaye huleta manufaa makubwa.

Methali nyingine zinazofanana na hii ni
1. Bura yangu sibadili na rehani/debwani (yako).
2. Kimfaacho mtu chake.
3. Mkate mkavu wa nyumbani ni bora kuliko nyama ya shuwa ya pengine.
4. Mkate wa mofa wa nyumbani ni bora kuliko nyama ya shuwa ya pengine.

Methali

30. Kawaida ni kama sheria.

M.y.: Kitu ambacho kimezoeleka huwa ni kama sheria.
Mat.: Methali hii hutumiwa kueleza kuwa ni tabu au shida kwa mtu kuacha kitu alichokizoea. Mwangalie mvuta sigara inavyomwia vigumu kuiacha au kuacha kuvuta.

31. Kiburi si maungwana.

Msa.: *Kiburi* ni majivuno au maringo. *Maungwana* ni hali ya kuwa na heshima na adabu.
M.y.: Tabia ya kuwa na majivuno au maringo siyo aina ya tabia inayomfaa *muungwana* (mtu mwenye heshima na adabu).
Mat.: Methali hii hutumiwa kuwazindua watu wanaopenda kujisifu au kujitukuza mbele ya wenzao kutokana na hali zao za kiuchumi au kijamii.

32. Kidole kimoja hakivunji chawa.

Pia: Kidole kimoja hakibanji chawa.
Msa.: *Chawa* ni mdudu mdogo akaaye mwilini pa mwanadamu hasa katika nywele na nguo chafu na hunyonya damu.
M.y.: Mtu hawezi *kumvunja* au *kumbanja* (kumuua) chawa kwa kutumia kidole kimoja, lazima akihusishe na kingine.
Mat.: Methali hii inasisitiza ushirikiano katika kutenda mambo na pia humzindua mtu anayependa kujitenga au asiyetaka ushirikiano na wenzake.

Methali nyingine zinazofanana na hii ni

1. Kinga na kinga ndipo moto ukawaka. / Kinga na kinga ndipo moto uwakapo.
2. Mwanao na mwana wa mwenzio, ndipo mji ukavuma.
3. Mwanzo wa ngoma ni lele.
4. Umoja ni nguvu, utengano ni udhaifu.

33. Kilema si ugonjwa.

Msa.: *Kilema* ni kasoro iliyoko kwenye kiungo au viungo vya mwili. Ugonjwa ni kitu kinachosababisha mtu kuwa katika hali mbaya; maradhi.

M.y.: Mtu mwenye kilema sio kwamba ni mgonjwa au ana maradhi.
Mat.: Methali hii inatutaka tusiwadharau watu wenye vilema kwa kudhani kuwa wao ni wagonjwa au wana maradhi hata tukaacha kuwashirikisha katika shughuli za kijamii. Tukumbuke wapo walemavu wengi ambao wanafanya kazi mbalimbali za maendeleo na pengine kupita hata wasio na vilema au wazima.

34. Kipenda roho hula nyama mbichi.

M.y.: Roho ikipenda huweza kula hata nyama mbichi.
Mat.: Methali hii hutumiwa kumpigia mfano mtu anayekipenda kitu kupita kiasi, hali ya kuwa wengine wanakiona kibaya.

Methali nyingine zinazofanana na hii ni
1. Kipendacho moyo dawa (kikataacho mauti).
2. Kipendacho moyo dawa (kibaya huwa kizuri).
Angalia: Mpenda chongo huona kengeza.

35. Kisebusebu na kiroho papo.

Msa.: **Kisebusebu** ni tabia ya mtu kuonesha watu wengine kwamba jambo fulani hana haja nalo na kumbe analitaka.
M.y.: Mtu mwenye tabia ya kukataa jambo hali ya kuwa analitaka jambo hilo.
Mat.: Methali hii hutumiwa kumsuta mtu mwenye tabia ya kuonesha watu kuwa anakataa kitu fulani na kumbe roho yake inamtoka kwa kukitaka kitu hicho.

Methali nyingine zinazofanana na hii ni
1. Ajabu ya shingo kukataa kulala kitandani.
2. Mbaazi ukikosa maua husingizia jua.
3. Roho mtama.
4. Sungura akikosa zabibu husema mbichi.

36. Kuishi kwingi ni kuona mengi.

M.y.: Mtu aliyeishi kwa muda mrefu ameona au amekutana na mambo mengi.

Methali

Mat.: Methali hii hutunasihi tusiwadharau wazee kwani wana busara inayotokana na tajiriba (uzoefu) ya muda mrefu wa maisha yao.

37. Kuku mgeni hakosi kamba mguuni.

M.y.: Aghalabu, kuku mgeni hufungwa kamba mguuni (na mwenyewe) ili asipotee au aonekane kwa urahisi.

Mat.: Methali hii inatufunza kuwa ni rahisi sana mtu kuweza kutambuliwa ugenini au katika mazingira mapya kutokana na utofauti wake na watu wa mahali hapo.

Methali nyingine zinazofanana na hii ni
1. Kanga hatagi ugenini.
2. Kuku mgeni zawadi ya kunguru.
3. Kutu kuu ni la mgeni.
4. Mgeni hachomi nguru mtaani akanuka.
5. Mgeni hachomi pweza mtaani akanuka.
6. Mgeni ni kuku mweupe.

38. Kutoa ni moyo siyo utajiri.

Pia: Kutoa ni moyo usambe ni utajiri.

Msa.: *Moyo* (hapa) ni ari ya kufanya jambo. *Utajiri* ni hali ya kuwa na mali nyingi; ukwasi. Usambe ni usiseme.

M.y.: Kutoa kitu na kumpa mwingine kunahitaji mtu (mtoaji) kuwa na ari; usiseme kwamba ni mtu kuwa na utajiri.

Mat.: Methali hii husemwa pale ambapo maskini (mtu asiye na uwezo) ameweza kutoa kitu chake kumsaidia mwenzake hali ya kuwa tajiri (mtu aliye na uwezo) hakutoa kitu.

39. Kuuliza si ujinga.

M.y.: Kuuliza si dalili ya ujinga bali ni werevu. Kwa sababu kila aulizaye ataka kujua.

Mat.: Methali hii inatukataza kukaa kimya na kutouliza mambo tusiyoyajua. Hali hiyo itatufanya tuendelee kubaki kuwa wajinga maishani. Ni vyema tuulize ili tuelewe. Mtu apendaye kuuliza hupata uerevu wa kujua mengi.

Tazama: Asiyesikia la mkuu huvunjika guu.

40. Kuvuja kwa pakacha nafuu kwa mchukuzi.

Msa.: **Pakacha** ni kikapu kilichosukwa kwa kutumia makuti ya mnazi.
M.y.: Pakacha linapovuja huwa linapunguza mzigo uliokuwemo ndani yake, na mchukuzi wa mzigo huo hupata nafuu kutokana na uzito uliopungua.
Mat.: Methali hii hutumiwa kumpigia mfano mtu anayempunguzia mwingine uzito wa jambo fulani ambalo linamfaidisha huyo mwingine.

Methali nyingine zinazofanana na hii ni
1. Amnyimaye farasi au punda adesi ampunguzia mashuzi.
2. Amnyimaye punda mtama ampunguzia mashuzi.

41. Leo ni leo asemaye kesho ni mwongo.

M.y.: Mambo ya leo yanapaswa kufanywa leo, anayesema yasubiri hadi kesho ni mwongo.
Mat.: Methali hii hutufunza tusiwe na tabia ya kuyaahirisha (kuyachelewesha) mambo ambayo tunaweza kuyafanya sasa hadi muda mwingine. Pia, hutunasihi tusiwe na zohali (ajizi au usiri) katika kutenda mambo.

Methali nyingine zinazofanana na hii ni k.v.
1. Ajizi nyumba ya njaa.
2. Chelewa chelewa utamkuta mtoto (mwana) si wako.
3. Keshokesho manywele yakua.
4. La leo lifanywe leo.
5. Linalowezekana leo lisingoje kesho.
6. Ngojangoja yaumiza matumbo.

42. Lila na fila havitengamani.

Pia: Lila na fila havitangamani.
Hila na lila hazitangamani.
Msa.: **Lila** ni wema na **fila**, ubaya.

Methali

M.y.: Wema na ubaya haviafikiani (havipatani).
Mat.: Methali hii hutufunza kwamba mtu mwenye tabia mbaya hawezi kuafikiana au kupatana (kusikilizana) na mtu mwenye tabia njema (nzuri).

43. Linalowezekana leo lisingoje kesho.

M.y.: Jambo linalowezekana kufanyika leo lifanyike, lisingoje kesho.
Mat.: *Tazama:* Leo ni leo asemaye kesho ni mwongo.

Methali zinazokinzana na hii ni k.v.
1. Asubiriye hajuti.
2. Harakaharaka haina baraka.
3. Kutangulia si kufika.
4. Kwenda mbio si kupata.
5. Mvumilivu hula mbivu.
6. Mwenye kusubiri hajuti.
7. Mwenye pupa hadiriki kula tamu.
8. Subira huvuta heri.

44. Maji ukiyavulia nguo sharti uyaoge.

Pia: Maji ukiyavulia nguo, huna budi kuyaoga.
Maji ukiyavulia nguo yaoge.
Msa.: *Sharti* ni lazima.
M.y.: Ukivua nguo kwa ajili ya kuoga, lazima uoge.
Mat.: Methali hii hutunasihi kuwa ni lazima au ni vyema kulihitimisha (kulitia mwisho au kulimaliza) jambo tulilolianza, kuliko kuliachia njiani.

45. Maji yakimwagika hayazoleki.

Msa.: *Hayazoleki* ni hayakusanyiki na kupatikana tena.
M.y.: Maji yaliyomwagika si rahisi kuweza kuyazoa na kuyapata tena. Hata ukiyazoa huwezi kuyapata tena yote yakiwa safi kama yalivyokuwa mwanzo.

Mat.: Methali hii hutumiwa kutolea mfano mambo yaliyoharibika, kuwa yamekwisha kuharibika wala hayawezi kutengemaa na hata yakitengemaa hayawezi kuwa kama mwanzo.

Methali nyingine zinazofanana na hii ni

1. Jino la pembe si dawa ya pengo.
2. La kuvunda halina (r)ubani.
3. Lishalovunjika ni gae.
4. Pang'okapo jino huwa pengo.
5. Wanja wa Manga si dawa ya chongo.

46. Majuto ni mjukuu.

Msa.: *Majuto* ni huzuni inayosababishwa na kosa ulilolitenda.
Mjukuu ni mtoto wa mtoto wa mtu.
M.y.: Mtu hawezi kuwa na huzuni inayosababishwa na kosa kabla hajalitenda kosa hilo.
Mat.: Methali hii hutumiwa kutunasihi tuache tabia ya kufanya mambo ovyoovyo pasi na kuyafikiria, ili tusije kujuta baadaye.

47. Mali bila daftari huisha bila habari.

Pia: Mali bila daftari hupotea bila habari.
Mali bila daftari hughibu bila habari.
Msa.: *Mali* ni jumla ya vitu vyenye thamani kubwa; kitu cha thamani kubwa. *Daftari* ni kitabu kinachowekewa hesabu ya fedha au vitu. *Hughibu* ni hupotea.
M.y.: Mali isiyowekewa hesabu zake vizuri hupotea pasi na mwenyewe kutanabahi (kujua au kuwa na habari).
Mat.: Methali hii hutufunza umuhimu wa kujiwekea kumbukumbu za hesabu za fedha, mathalan, katika biashara.

48. Maneno mengi hula vitendo.

M.y.: Kwa kawaida panapokuwa na maneno mengi vitendo huwa haba au kukosekana kabisa.
Mat.: Methali hii inatutanabahisha kuwa mara nyingi tukimwona mtu ana maneno mengi, mtu huyo huwa si mtenzi (mtendaji) wa mambo.

Methali

Methali nyingine zinazofanana na hii ni
1. Ada ya mja hunena, muungwana ni vitendo.
2. Mtaka unda hanadi.
3. Mtaka unda haneni.
4. Mtenzi haneni (mtendaji hasemi).

49. Mbio za sakafuni huishia ukingoni.

Msa.: **Sakafuni** ni kwenye sehemu ya chini ya nyumba iliyotandazwa na kupigiliwa vizuri kwa kuchanganya mawe, mchanga na simenti (saruji). **Ukingoni** ni sehemu panapoishia kitu; mwisho; nchani ambapo mbele yake kitu au mtu huanguka.
M.y.: Mbio za sakafuni humalizikia kunako ukingo wa sakafu hiyo.
Mat.: Methali hii hutumika kumsuta mtu anayejitia kuifanya kazi fulani kwa makeke na vishindo na hatimaye akashindwa kuimaliza. Akaishia njiani.

50. Mbuzi wa maskini hazai.

Pia: Mbuzi wa maskini hufa tasa.
M.y.: Mbuzi wa mtu asiye na uwezo hazai, akizaa hatakuwa maskini tena.
Mat.: Methali hii hutumiwa kutolea mfano mambo anayofanya mtu asiyekuwa na uwezo (maskini) kisha yakawa hayafanikiwi. Aghalabu, mtu mwenye uwezo duni (maskini) hanyookewi na mambo.

Methali nyingine zinazofanana na hii ni
1. Kuku wa mkata hatagi, akitaga haangui, akiangua hutwaliwa na mwewe.
2. Maskini haokoti akiokota huambiwa keba (kaiba).
3. Ng'ombe wa maskini hazai pacha.

51. Mchagua jembe si mkulima.

M.y.: Mkulima wa kuaminika huwa hachagui jembe. Lolote atakalopata, mradi ni jembe, atalimia.
Mat.: Ukimwona mtu anatafuta udhuru huu na huu katika kufanya jambo fulani, tambua huyo si mfanyaji wa jambo hilo.

Methali nyingine inayofanana na hii ni
1. Ajuaye hakawii.
   Tazama: Maneno mengi hula vitendo.

52. Mchagua nazi huinukia koroma.

Pia: Mchagua nazi hupata koroma.
Mchagua nazi huangukia koroma.
Msa.: **Koroma** ni nazi iliyo karibu na kupevuka.
M.y.: Mtu anayechaguachagua nazi sana huishia kupata koroma (nazi changa).
Mat.: Ni methali inayomtahadharisha mtu mwenye tabia ya kuchaguachagua sana kwamba huenda akaishia kupata kitu kibaya au kisichoridhisha.

Methali nyingine zinazofanana na hii ni k.v.
1. Chaguachagua huondoka na Mzigua.
2. Kuchamba kwingi kuondoka na mavi.
3. Mchagua samaki hupata aliyechina.

53. Mchele mmoja mapishi mbalimbali.

M.y.: Mchele wa aina moja unaweza kupikwa kwa mapishi mbalimbali - mashendea (ubwabwa laini), wali mweupe, pilau, biriani **n.k.**
Mat.: Methali hii inatuonesha kuwa mtu huweza kulifanya jambo lilo hilo moja kwa kutumia njia kadha wa kadha (mbalimbali).

54. Mchelea mwana kulia hulia yeye.

Pia: Ukicha mwana kulia mwisho utalia wewe.
Ukichelea mwana kulia mwisho utalia wewe.
Msa.: **Mchelea** ni mtu anayeogopa au anayehofu (kutenda jambo fulani).
M.y.: Mtu anayeogopa au anayehofia mwanawe kulia, hulia yeye mwenyewe.
Mat.: Methali hii hutumiwa kuwanasihi wazazi wasiogope au wasihofie kuwaadhibu wana wao wanapofanya makosa kwani kuwaadhibu wanapokosea, kutawafanya waweze kuwa na tabia nzuri. Wakiwaacha watakuja kulia wenyewe baadaye.

Methali

Methali inayokinzana nayo ni
>Asiyefunzwa na mamaye hufunzwa na ulimwengu.

55. Mcheza kwao hutunzwa.

Pia: Mcheza kwao hutuzwa.
Msa.: **Hutunzwa** (pia: hutuzwa) ni hupewa zawadi; kuangaliwa vizuri.
M.y.: Mtu anayechezea kwao hutunzwa.
Mat.: Methali hii hutumiwa kutufunza kwamba mtu anapofanya jambo fulani vizuri hana budi kutunzwa - iwe ni kutunukiwa (kupewa) zawadi au kuenziwa (kuangaliwa vizuri) yeye mwenyewe.

Methali zinazofanana na hii ni
1. Chanda chema huvikwa pete.
2. Chanda chema huvishwa pete.
3. Jina jema hung'ara gizani.
4. Kizuri chajiuza kibaya chajitembeza.
5. Kutwanga nisile unga nazuia mchi wangu.
6. Uso mzuri hauhitaji urembo.

Methali zinazokinzana nayo ni
1. Nabii hasifiwi kwao.
2. Tenda wema wende zako usingoje shukrani.

56. Mchumia juani hulia kivulini.

Pia: Mchumia juani hulia uvulini.
Chumia juani ule kivulini.
Kachumie juani ule kivulini.
M.y.: Mtu anayechuma katika hali ya shida (juani) huyafaidi matunda yake katika hali ya raha (kivulini).
Mat.: Methali hii hutumiwa kuhimiza na kutia watu shime ya kufanya kazi hata katika mazingira magumu ili baadaye waje wafaidi matunda ya kazi hiyo.

57. Mdharau mwiba mguu huota tende.

Msa.: **Mwiba** ni sehemu ya mmea yenye ncha kali inayoweza kuchoma. **Tende** ni ugonjwa wa kuvimba miguu ambao huambukizwa na aina mojawapo ya mbu.

Methali

M.y.: Mtu anayeudharau mwiba uliomchoma mguuni huweza kuusababishia mguu wake huo kuota tende.

Mat.: Methali hii hutumiwa kutukumbusha umuhimu wa kutodharau matatizo madogo na kututaka tuyashughulikie kikamilifu kabla hayajatuletea maafa makubwa.

Methali nyingine zinazofanana na hii ni
1. Angakaanga tu chini ya gae.
2. Mdharau *biu* (tatizo, baa, kilema) hubiuka yeye.
3. Mvungu mkeka.

58. Mgaagaa na upwa hali wali mkavu.

Pia: Mgaagaa na upwa hali chakula kitupu.
Mgaagaa na upwa haondokei patupu.

Msa.: **Mgaagaa** ni mtu anayehangaika kutafuta riziki. **Upwa** (pia: pwaa) ni sehemu ya pwani ambayo maji hujaa na kupwa (kutoka).

M.y.: Mtu anayehangaika kwa kwenda huko na huko kwenye ufuko wa bahari hawezi kukosa kitoweo (pia: kitoweleo).

Mat.: Methali hii hutufunza kuwa anayehangaikia jambo fulani lazima mwisho wake atafanikiwa au lazima ataambulia (atapata) chochote. Hawezi kukosa kabisa.

Methali nyingine zinazofanana na hii ni
1. Aliyekwenda kenda si sawa na mkaa bure.
2. Anayekaa karibu na waridi hunukia.
3. Atembeaye sana na jua hujua.
4. Chanda chema huvishwa pete.
5. Chema chajiuza kibaya chajitembeza.
6. Kazi mbaya si mchezo mwema.
7. Kimfaacho mtu chake.
8. Mlinzi wa kisima hafi kwa kiu.
9. Mtegemea nundu haachi kunona.
10. Mwana mtukutu (mhangaikaji) hali ugali mtupu.
11. Mwenda bure si mkaa bure huenda akaokota.
12. Riziki ya mbwa iko miguuni mwake.

Methali zinazokinzana nayo ni
1. Bahati ya mwenzio usiilalie mlango wazi.
2. Mtegemea cha ndugu hufa hali maskini.

59. Mganga hajigangi.

Msa.: **Mganga** ni mtu anayefanya kazi ya kutibu wagonjwa. **Hajigangi** ni hajitibu.

M.y.: Mtu anayefanya kazi ya kutibu wagonjwa hawezi akajitibu mwenyewe. Ni lazima aende kwa mganga mwingine.

Mat.: Methali hii hutufunza kwamba hakuna mjuzi au mtaalamu wa mambo yote na kwamba mjuzi au mtaalamu mmoja huhitaji msaada wa mjuzi au mtaalamu mwingine.

Methali nyingine zinazofanana na hii ni
1. Mganga hajitibu mwenyewe.
2. Mwerevu hajinyoi, akijinyoa hujikata.
3. Mwerevu hajinyoi.

60. Mkaidi hafaidi hadi siku ya Idi.

Pia: Mkaidi hafaidi mpaka siku ya Idi.
Mkaidi hafaidi ila siku ya Idi.

Msa.: **Mkaidi** ni mtu mbishi; mshindani; mpinzani. **Siku ya Idi** ni sikukuu ya Waislamu baada ya kumalizika kwa mfungo wa mwezi mtukufu wa Ramadhani au ibada ya Hija.

M.y.: Mtoto mkaidi hafaidi ushauri au nasaha anazopewa mpaka itakapofika siku ya Idi, ambapo huona athari ya tabia yake.

Mat.: Methali hii hutumiwa kumsuta mtu mkaidi ambaye hafuati ushauri anaopewa na wenye ujuzi au maarifa mpaka litokee jambo fulani. Hawa ni watu wasiotaka ya kuambiwa bali wanaotaka ya kuona.

61. Mkuki kwa nguruwe kwa binadamu mchungu.

Pia: Mkuki kwa nguruwe kwa mwanadamu mchungu.
Kigumba kwa nguruwe kwa binadamu kichungu.

Msa.: **Mkuki** ni silaha inayotengenezwa kwa kuchomeka chuma chenye ncha kwenye fimbo ya mti au chuma. **Kigumba** ni ncha kali ya mkuki au mshale. *Nguruwe* ni mnyama anayefugwa, jamii ya ngiri.

M.y.: Nguruwe akifumwa (akichomwa) kwa mkuki huonekana (na binadamu anayefuma) hana uchungu tofauti na anapofumwa binadamu. Mkuki huohuo kwa binadamu ni wa uchungu na unaouma.

Mat.: Methali hii hutumiwa kumsuta mtu anayeona tabu na kuumia anapofikwa na jambo fulani, lakini huwa haoni tabu kumfanyia mwenzake jambo lolote baya au lenye uchungu.

62. Mpanda ovyo hula ovyo.

Msa.: *Ovyo* ni bila ya utaratibu; bila ya kufuata mpango.

M.y.: Mtu anayepanda shamba lake bila ya kufuata utaratibu au bila mpango, hula mazao yake hivyohivyo.

Mat.: Methali hii hutumiwa kutunasihi kwamba ikiwa tunataka kufanikiwa katika mambo yetu basi hatuna budi kuyafanya mambo hayo kwa kufuata utaratibu au mpango unaotakiwa.

Methali nyingine zinazofanana na methali hii ni

1. Alimaye mtama havuni kunde.
2. Chuzi la vivyo hutowewa vivyo.
3. Ipigwavyo ndivyo ichezwavyo.
4. Ukilima pantosha utavuna pankwisha.

Methali zinazokinzana nayo ni k.v.

1. Bila usumbufu huwi mtukufu.
2. Kitema kuni temato.
3. Mcheza hawi kiwete, ngoma yataka matao.
4. Ukitaka (ma)waridi vumilia miba.

63. Mpenda chongo huona kengeza.

Pia: Ukipenda chongo huita kengeza.

Msa.: *Chongo* (hapa) ni pofu au jicho lisiloona. *Kengeza* ni jicho lenye mboni iliyokwenda upande.

M.y.: Anayependa mtu mwenye jicho pofu (lisiloona) haoni hivyo, bali huona kuwa mboni ya jicho hilo imekwenda upande tu.

Methali

Mat.: Methali hii hutumika kutufunza kwamba mtu anayependa kitu huwa haoni kasoro za kitu hicho.
Angalia: Kipenda roho hula nyama mbichi.

Mfano wa methali inayokinzana na hii ni
Moyo wa kupenda na kuwiza huwa.

64. Mshika mawili moja humponyoka.

Pia: Mshika mawili moja humpona.
Mshika mbili moja humponyoka.
M.y.: Anayeshika mambo mawili kwa wakati mmoja, lazima ataponyokwa na moja.
Mat.: Methali hii hutumiwa kuwaelimisha na kuwakumbusha watu wenye tamaa nyingi kuwa hawawezi kufanikiwa katika mambo yote wanayoyataka.

Methali nyingine zinazofanana na hii ni
1. Karamu mbili zilimshinda fisi (kuzila).
2. Mpanda farasi wawili hupasuka msamba (sehemu ya katikati ya miguu).
3. Njia mbili zilimshinda fisi.

65. Mshindo mkuu huvuma mbali.

Msa.: **Mshindo** ni sauti ya kuanguka ama kugongana kwa vitu. **Huvuma** ni huzungumzwa na kujulikana na watu wengi.
M.y.: Mtu ambaye ana heshima kubwa huzungumzwa na kujulikana na wengi na huheshimika hata mahali mbali.
Mat.: Methali hii hutumika kuonesha **umashuhuri** (umaarufu) wa watu wenye heshima katika jamii. Kiongozi kama Nelson Mandela, ni mashuhuri na anaheshimika dunia nzima kutokana na ushujaa wake, busara na hekima zake. Ni mfano mzuri wa kuigwa.

66. Mtaka cha mvunguni sharti ainame.

Pia: Mtaka cha mvunguni huinama.
Mpenda cha uvunguni sharti ainame.
Msa.: **Mvungu** (ni) ni sehemu ya wazi iliyo chini ya kitu k.v. kitanda au meza.

Methali

M.y.: Anayetaka kitu kilichoko mvunguni ni lazima ainame ndipo atakapoweza kukipata au kukichukua.

Mat.: Methali hii hutukumbusha kuwa tunapotaka kitu sharti tuwe tayari kukifanyia kazi au *kukihangaikia* (kukipata kwa tabu).

Methali nyingine zinazofanana na hii ni
1. Amani haipatikani ila kwa ncha ya upanga.
2. Atangaye sana na jua hujua.
3. Avuaye nguo huchutama.
4. Kula uhondo kwataka matendo bila matendo hula uvundo.
5. Simbiko haisimbuki ila kwa msukosuko.
6. Ukitaka kuvua nguo huna budi kuchutama.
7. Ukitaka mawaridi vumilia miba.
8. Ukitaka uzuri sharti udhurike.

Methali zinazokinzana na hii ni
1. Jitihada haiondoi kudura.
2. La kuwa haliwanywi.
3. Riziki haiwanywi.

67. Mtaka yote kwa pupa hukosa yote.

Pia: Mtaka vyote kwa pupa hukosa vyote.
Mtaka vingi kwa pupa hana mwisho mwema.

Msa.: **Pupa** ni nia ya kutaka kumaliza au kufikia mwisho wa jambo bila ya makini.

M.y.: Mtu mwenye tabia ya kutaka mambo mengi kwa harakaharaka huweza kuyakosa yote.

Mat.: Methali hii hutushauri tusiwe na tamaa ya kutaka kila kitu. Vinginevyo kuna hatari ya kukosa vyote.

Angalia: Mshika mawili moja humponyoka.

68. Mtegemea cha nduguye hufa hali maskini.

Pia: Mtegemea cha ndugu hufa hali maskini.
Mtumai (ni) cha ndugu hufa maskini.

M.y.: Mtu anayetegemea kipato cha ndugu yake, hufa katika hali ya umaskini.

Methali

Mat.: Methali hii hutumiwa kumshauri mtu kujitegemea na kufanya bidii ya kujiendeleza mwenyewe bila ya kumtegemea ndugu yake au mtu mwingine yeyote yule.

Methali nyingine inayofanana na hii ni

Bahati ya mwenzio usiilalie mlango wazi.

Methali zinazokinzana na hii ni:
1. Bahati ni chudi.
2. Mtegemea nundu haachi kunona.

69. Mtoto umleavyo ndivyo akuavyo.

Pia: Mwana umleavyo ndivyo akuavyo.
M.y.: Aghalabu, mtoto ni vile unavyomlea. Ukimlea vizuri atainukia kuwa mtoto mzuri na huwa kinyume chake, ukimlea vibaya.
Mat.: Methali hii hutumika kuwasihi wazazi wajitahidi sana kuwalea watoto (wana) wao vizuri ili wainukie kuwa na tabia njema na wawe nguzo ya kutegemewa katika jamii.

70. Mvumilivu hula mbivu.

Msa.: **Mvumilivu** ni mstahamilivu; anayesubiri.
M.y.: Anayevumilia hula kitu *kibivu* (kilichoiva).
Mat.: Methali hii hutumika kutunasihi tuwe na uvumilivu au subira katika mambo yaani tusiwe na pupa au haraka.

Methali nyingine zinazofanana na methali hii ni
1. Harakaharaka haina baraka.
2. Mpanda changa hula mbivu.
3. Mstahamilivu hula mbivu.
4. Mvumbika changa hula mbivu.
5. Mwenye pupa hadiriki kula tamu.
6. Subira huvuta heri.

Methali zinazokinzana nayo ni
1. Chelewachelewa utamkuta mwana si wako.
2. Mstahamilivu hula mbovu.

Methali

71. **Mwenda pole hajikwai.**

M.y.: Mtu anayetembea taratibu si aghalabu kujikwaa kwani huwa ni mwangalifu. Tuseme akijikwaa basi hataumia kama yule anayetembea kwa haraka na bila makini.

Mat.: Methali hii inatufunza kuwa tusiwe na haraka au pupa tunapofanya mambo yetu bali tuwe makini.
Angalia: Harakaharaka haina baraka.

72. **Mwenzako akinyolewa na zako tia maji.**

Pia: Mwenzio akinyolewa na zako tia maji.
Mwenzako akinyolewa wewe tia maji.

M.y.: Unapomwona mwenzako akinyolewa inakubidi nawe utie kichwa chako maji na kusubiri zamu yako ya kunyolewa.

Mat.: Methali hii hutumiwa kutupa ushauri kwamba mwenzetu anapofikwa na tatizo au shida nasi hatuna budi kujitayarisha au kujihadhari ili tusije tukakumbwa na tatizo au shida hiyo.

Methali nyingine zinazofanana na methali hii ni
1. Fedheha ya mwenzio usiifurahie.
2. Kuni juu ya uchaga hucheka zilo motoni.

73. **Mzaha mzaha hutumbua usaha.**

Pia: Mzaha mzaha hutumbuka usaha.

Msa.: *Mzaha* ni maneno au vitendo vya kumfanyia mtu masihara; utani. *Usaha* ni ute wa rangi ya manjano iliyopauka unaotunga, aghalabu, katika vidonda na majipu.

M.y.: *Utaniutani* (masihara) huweza kuleta matokeo mabaya, k.v., mtu anavyochezeachezea jipu na *hatimaye* (mwishowe) kulifanya *litumbuke* (litoe usaha).

Mat.: Methali hii hutumiwa *kuwaasa* (kuwaonya) wale wenye tabia ya *mzaha mzaha* (utaniutani) waache tabia hiyo kwani mwisho wake si mzuri. Aghalabu, huishia kuzua ugomvi na kutoelewana.

74. **Nazi mbovu harabu ya nzima.**

Msa.: *Mbovu* ni iliyooza au iliyoharibika. *Harabu* ni kitu kiharibifu.

M.y.: Nazi iliyoharibika ikichanganywa na nazi *nzima* (ambazo hazijaharibika) kuna uwezekano mkubwa wa nazi hizo nazo kuharibika. Ile mbovu itaziharibu zile nzima.

Mat.: Methali hii hutumika kuwaonya watu wema wasipende *kuingiliana* (kuchanganyika) na watu waovu kwani wanaweza kuambukizwa uovu. Ni *aula* (bora) wasiingiliane ili kuepuka kuharibiwa.

Methali nyingine zinazofanana na hii ni

1. Pono mmoja akioza huoza na shazile.
2. Samaki mmoja akioza, huoza wote.
3. Samaki mmoja akioza ni mtungo pia.
4. Samaki mmoja akioza, na mtungo pia huoza.

75. Ngojangoja yaumiza matumbo.

Pia: Ngojangoja huumiza matumbo.

Msa.: **Ngojangoja** ni subirisubiri.

M.y.: Hali ya kusubirisubiri na huku una njaa husababisha mtu kuumwa na tumbo.

Mat.: Methali hii hutumiwa kuamsha ari ya kutenda mambo kwa watu wenye *zohali* (uvivu).

Methali nyingine zinazofanana na hii ni

1. Chelewachelewa utamkuta mtoto (mwana) si wako.
2. Ajizi ni ufunguo wa umaskini.
3. Ajizi nyumba ya njaa.
   Tazama: Mvumilivu hula mbivu.

Methali zinazokinzana nayo ni k.v.

1. Harakaharaka haina baraka.
2. Mwenye pupa hadiriki kula tamu.
3. Subira yavuta heri.

P

76. Penye miti mingi hakuna wajenzi.

Msa.: **Wajenzi** ni watu wanaojenga nyumba.
M.y.: Mahali palipo na miti mingi, aghalabu, huwa hapana watu wa kuitumia.
Mat.: Methali hii hutumika kutolea mfano mahali ambapo vitu fulani vinapatikana kwa wingi lakini watu wa mahali hapo si wenye kuvitumia au kuvihitaji.

Methali nyingine zinazofanana na hii ni
1. Mfinyanzi hulia gaeni.
2. Hupati ulitakalo wapata ujaliwalo.
3. Upele hupewa asiye na kucha.

Methali inayokinzana na hii ni
   Vundo la kinyesi (ni) malazi ya bata.

77. Penye nia pana njia.

Msa.: **Nia** ni **dhamira** (azma) ya kutaka kukamilisha jambo au haja. **Njia** ni sehemu inayotumiwa ili kupitia; barabara.
M.y.: Ikiwa mtu ana dhamira kweli ya kulifanya jambo fulani hawezi kuikosa njia ya kuliendea jambo hilo.
Mat.: Methali hii inatusisitizia kwamba ikiwa kweli tuna nia ya kulifanya jambo fulani tutafanikiwa. Wengine husema, jambo nia.

78. Pilipili usiyoila yakuwashia nini?

Pia: Pilipili usiyoila yakuwashiani?
Msa.: **Pilipili** ni tunda refu au la mviringo lenye rangi ya kijani, nyekundu au manjano, aghalabu, huwasha na hutumiwa kama kiungo cha chakula au kitoweo.
M.y.: Pilipili uliyoila ndiyo itakayokuwasha, usiyoila haiwezi kukuwasha.
Mat.: Methali hii hutumiwa **kumnasihi** (kumshauri) mtu ashughulike na mambo yake mwenyewe. Si tija na wala haina haja kamwe mtu kushughulika na mambo yasiyomhusu. Kila mtu na **hamsini zake** (mambo yake).

Methali

Methali nyingine zinazofanana na hii ni
1. Kisichokula mlimwengu sera naale.
2. Mavi usiyoyala wayawingiani kuku?
3. Mzigo uko kichwani kwapa lakutokeani jasho?
4. Pilipili iliyo shambani yakuwashiani?

79. Polepole ndiyo mwendo.

Pia: Taratibu ndiyo mwendo.
M.y.: Mwendo ulio mzuri ni wa polepole au taratibu.
Mat.: Methali hii hutumiwa kumkanya mtu anayefanya mambo yake kwa pupa au vishindo na kuishia kuyaharibu.

Methali nyingine zinazofanana na hii ni
1. Harakaharaka haina baraka.
2. Mwenda pole hajikwai.
3. Simba mwenda kimya ndiye mla nyama.
4. Simba mwenda pole ndiye mla nyama.

80. Samaki mkunje angali mbichi.

Pia: Kambare mkunje angali mbichi.
Msa.: **Kambare** ni samaki wa maji baridi (mtoni au ziwani) mwenye masharubu na kichwa bapa.
M.y.: Mkunje samaki akiwa mbichi, akishakauka hawezi kukunjwa (kupindwa) tena.
Mat.: Methali hii inatuhimiza tuyawahi mambo mapema au wakati unaofaa, tusije tukachelewa ikawa hatuyawezi tena. Mzazi, mathalan, daima anapaswa kumfunza mwenendo mzuri mwanawe pale anapokuwa bado mdogo kwani akishakua haitawezekana tena kumfunza.

Methali nyingine inayofanana na hii ni
1. Udongo upate ungali maji.
2. Udongo uwahi uli maji.

Methali

81. Sheria ni msumeno hukata huku na huku.

Pia: Sheria ni msumeno hukata mbele na nyuma.

Msa.: **Msumeno** ni kifaa chenye meno ya kukerezea (kukata kwa kukwaruzia) kinachotumiwa na seremala (fundimbao) kupasulia au kukatia mbao au miti.

M.y.: Sheria ni kama msumeno hukata huku na huku (mbele na nyuma) - yaani pande zote sawa.

Mat.: Methali hii hutumika kumtolea mfano mtu anapolalamika kuwa ameonewa na sheria au akidhani kuwa sheria haiwezi kumkumba yeye bali huwafika wengine.

Methali nyingine zinazofanana na hii ni
1. Kuupanda mchongoma kuushuka ndiyo ngoma.
2. Mchezea tope humrukia.
3. Mchimba kisima huingia mwenyewe.
4. Mchimba kisima humtia mtuwe.
5. Ukipanda upepo utavuna tufani.
6. Usikaange mbuyu ukaacha wenye meno watafune.

82. Shibe mwana malevya, njaa mwana malegeza.

M.y.: Mtu anapokuwa na shibe huwa kama aliyelewa ilhali (hali ya kuwa) anapokuwa na njaa hulegea.

Mat.: Methali hii huweza kutumiwa kutolea mfano hali mbili - shibe na njaa.

83. Shukrani ya punda ni mateke.

Pia: 1. Fadhila za punda mashuzi.
2. Fadhila za punda mateke.
3. Asante ya punda ni mateke.

Msa.: **Mashuzi** ni hewa itokayo kwa nguvu kwenye tupu ya nyuma.

M.y.: Ukimfadhili punda atakupiga mateke au atakupigia mashuzi.

Mat.: Methali hii hutumiwa kutolea mfano mtu anayefanyiwa *ihsani* (wema) akalipa *nuhsani* (ubaya) na pia huweza kutumiwa kumsuta asiyekuwa na shukrani.

Methali

Methali nyingine zinazofanana na hii ni
1. Yaliyopita si ndwele tugange yajayo.
2. Ivushayo ni mbovu.
3. Lililovusha si dau.
4. Mavi ya kale hayanuki.
5. Mla kunde husahau mtupa maganda hasahau.
6. Mla mla leo mla jana kalani.
7. Mtenda mema kinyuki jazaye hulipwa moto.
8. Mtenda wema hulipwa maovu.
9. Tenda wema wende zako usingoje shukrani.
10. Ya kale hayapo.

Methali inayokinzana nayo ni
Wema hauozi.

84. Siku njema huonekana asubuhi.

Pia: Siku njema huonekana alfajiri.
Msa.: **Njema** ni nzuri. **Alfajiri** ni mapambazuko; asubuhi; mapema; liamba.
M.y.: Mtu huweza kuijua siku iliyo nzuri kwake kutokana na dalili za siku hiyo kuwa nzuri kuanzia mapema.
Mat.: Methali hii hutumiwa kutukumbusha kuwa jambo lolote jema huanza kuonesha dalili za mafanikio tokea mapema.

85. Siku za mwizi ni arubaini.

Pia: Mwizi siku zake ni arubaini.
Mwizi siku arubaini.
M.y.: Mtu mwenye tabia ya kuiba ipo siku atakamatwa.
Mat.: Methali hii hutumiwa kwa mtu mwenye tabia mbaya au matendo mabaya ili kumfanya atambue kuwa ubaya wake huo utafikia mwisho siku moja.

86. Simba mwenda pole ndiye mla nyama.

Pia: Simba mwenda kimya ndiye mla nyama.
Msa.: **Simba** ni mnyama mkubwa wa porini wa jamii ya paka, mwenye manyoya ya rangi ya majani makavu na ambaye hula nyama.

M.y.: Simba aendaye taratibu bila ya kujitambulisha ndiye anayeweza kuwagwia (kuwakamata) wanyama bila shida.

Mat.: Methali hii hutumiwa kutunasihi tuwe wataratibu katika utendaji wetu wa mambo, tusiwe na tabia ya kupapia mambo.

87. Tamaa mbele mauti nyuma.

Tazama: Harakaharaka haina baraka.

Msa.: **Tamaa** ni hamu kubwa ya kupata kitu. **Mauti** ni hali inayomfanya kiumbe kukosa uhai.

M.y.: Ukiiweka tamaa mbele ujue mauti yanakufuata (yako nyuma yako).

Mat.: Methali hii hutumiwa kumfunza binadamu juu ya madhara yanayoweza kumfika kutokana na tamaa yake isiyokuwa na mipaka.

Methali nyingine zinazofanana na hii ni
1. Akili nyingi huondoa maarifa.
2. Angenda juu kipungu hafikilii mbinguni.
3. Kuchamba kwingi kuondoka na mavi.
4. Mtenzi haishi tamaa.
5. Tamaa haina mwisho.
6. Tamaa nyingi mbele kiza.
7. Ujanja mwingi mbele giza.

88. Udongo upate ungali maji.

Pia: Udongo upatilize uli maji.
Udongo uwahi ungali maji.

M.y.: Ukitaka kuusarifu na kuufinyanga udongo vizuri sharti uwe u maji.

Methali

Mat.: Methali hii hutumiwa kutufunza kwamba tunapokusudia kulifanya jambo fulani basi tunapaswa kuliwahi jambo hilo mapema na wala tusingoje hadi muda wake ukapita.

Methali nyingine zinazofanana na hii ni
1. Kambare mkunje angali mbichi.
2. Mtoto mkanye angali mdogo.
3. Mtoto umleavyo ndivyo akuavyo.
4. Ngozi ivute ili maji.
5. Samaki mkunje angali mbichi.
6. Usipoziba ufa utajenga ukuta.

89. Ukiona vyaelea vimeundwa.

M.y.: Unapoona vyombo (**k.v.** meli, boti, mashua **n.k**.) vinaelea juu ya uso wa maji, basi jua vimeundwa.

Mat.: Methali hii inatukumbusha kuwa tunapoona vitu vimefana, tutambue kuwa kunao waliovishughulikia na kuvifanyia kazi hata vikawa kama vilivyo au tunavyoviona. Havikuzuka tu. Papohapo, methali hii inatuchochea nasi tujitahidi katika maisha.

90. Ukitaka kuruka agana na nyonga.

Msa.: *Agana* ni kupatana (kukubaliana) kufanya jambo. *Nyonga* ni sehemu ya mwili iliyo baina ya paja na kiuno.

M.y.: Unapotaka kuruka sehemu fulani basi kwanza lazima ukubaliane na nyonga.

Mat.: Methali hii hutumiwa kutukumbusha umuhimu wa kufanya mambo tunayoyamudu (tunayoyaweza). Tunapaswa kuujua uwezo wetu kwanza kabla ya kutenda tunayotaka kuyatenda.

Methali nyingine zinazofanana na hii ni
1. Jikune ujipatapo.
2. Kila chombo na wimbile.
3. Kila ndege huruka kwa ubawawe.
4. Kuku hula awezacho kumeza.
5. Ukitaka kutenda agana na mwili.

Methali zinazokinzana nayo ni
1. Maji ukiyavulia nguo huna budi kuyaoga.
2. Nzi kufia juu ya kidonda si haramu.
3. Ukitaka kula nguruwe chagua aliyenona.
4. Usiige tembo kunya tango (boga) utapasuka msamba.
5. Usiige kunya kwa tembo utapasuka msamba.

91. Umoja ni nguvu, utengano ni udhaifu.

Msa.: **Utengano** ni hali ya kukaa mbalimbali bila ya kushirikiana.
Udhaifu ni hali ya kutokuwa na nguvu; unyonge.
M.y.: Umoja ni nguvu hali ya kuwa utengano ni udhaifu au unyonge.
Mat.: Methali hii hutumika kuwakumbusha watu juu ya umuhimu wa kushirikiana maishani katika mambo wayafanyayo - yawe ya furaha au huzuni.

Methali nyingine zinazofanana na hii ni
1. Fimbo ya mnyonge ni umoja.
2. Jifya moja haliinjiki chungu.
3. Kijiti kimoja hakisimamishi jengo.
4. Mkono mmoja hauchinji ng'ombe.
5. Mkono mmoja haulei mwana.
6. Mmoja hashui chombo.
7. Mtu ni watu.
8. Mtu peke yake hashui jahazi.
9. Mtu pweke ni uvundo.
10. Vitanga vya mikono hunawishana.

92. Upele humwota asiye na kucha.

Pia: Upele hupewa msi kucha.
Msa.: **(U)pele** ni uvimbe mdogomdogo wenye usaha.
M.y.: (U)pele hupewa mtu ambaye hana kucha (kwa kuwa mwenye kucha ataweza kujikuna).
Mat.: Methali hii huweza kutumiwa kutolea mfano mtu aliyepata jambo fulani na akawa hana ujuzi nalo. Au mfano wa mtu mwenye kitu ambacho hakihitaji ilhali anayekihitaji hakipati.
Tazama: Penye miti mingi hapana wajenzi.

Methali

93. Usiandikie mate na wino upo.

Msa.: **Wino** ni majimaji yenye rangi yanayotiwa kwenye kalamu na kutumiwa kuandikia.

M.y.: Usiandike kwa kutumia mate wakati wino upo. Iweje utumie mate yasiyofaa kuandikia ilhali wino upo?

Mat.: Methali hii inatufundisha kuacha tabia ya kubabaisha au kudanganya na badala yake tuwe wakweli.

94. Usimwage mtama kwenye kuku wengi.

Pia: Penye kuku wengi hapamwagwi mtama.

Msa.: **Usimwage** ni usitawanye kitu chini. **Mtama** ni punje za mtama.

M.y.: Ukiumwaga mtama mahali palipo na kuku wengi wataudonoa na kuumaliza wote.

Mat.: Methali hii hutufundisha kuwa si vyema mtu kutoa siri mahali penye watu wengi kwani haitakuwa siri tena.

95. Usipoziba ufa utajenga ukuta.

Pia: Usipojenga ufa utajenga ukuta.

Msa.: **Ufa** ni mpasuko mwembamba ulioko kwenye kitu (k.m., ukuta) bila ya kitu kuachana kabisa.

M.y.: Ukidharau kuziba ufa ulio kwenye ukuta, baada ya muda ufa huo utazidi kuwa mkubwa na ukuta utaanguka. Kutouziba ufa kutakusababishia kuujenga ukuta mzima.

Mat.: Methali hii hutumiwa kutuonya kuwa tusidharau tunapoona jambo linaanza kuharibika na kututaka tufanye hima au haraka ya kulitengeneza. Vinginevyo, jambo hilo litazidi kuharibika na kutuletea maafa makubwa.

Methali nyingine zinazofanana na hii ni

1. Mdharau biu hubiruka.
2. Mdharau biu hubiuka yeye.
3. Mdharau mwiba mguu huota tende.

96. Vita vya panzi furaha ya kunguru.

Msa.: **Panzi** ni mdudu mfano wa nzige mdogo. **Kunguru** ni ndege mweusi asiyeliwa. Kunguru wengi huwa na baka jeupe shingoni.

M.y.: Panzi wanapopigana na kuuana, kunguru hufurahi maana hupata chakula (hao panzi) cha bure.

Mat.: Methali hii inatuasa tusipende kugombana kwani kufanya hivyo ni kuwafurahisha watu wengine kwa sababu wao ndio watakaopata masilahi (manufaa). Tutakachoambulia (tutakachopata) sisi ni hasara kubwa tu; si zaidi. Amani ni kitu muhimu sana katika jamii ya binadamu.

97. Zimwi likujualo halikuli likakwisha.

Msa.: **Zimwi** ni kiumbe kinachodhaniwa kuwa kinaishi na kina uwezo wa kujibadilisha katika hali mbalimbali. Inaaminiwa kuwa kiumbe hicho kinadhuru na kinaishi katika misitu mikubwa.

M.y.: Zimwi ambalo linakufahamu haliwezi likakula kabisakabisa mpaka likakumaliza, lazima tu litakubakisha.

Mat.: Methali hii hutumiwa kutukumbusha kwamba mtu wako au jamaa yako hawezi kukufanyia uovu kabisakabisa, pasi na kuuzingatia uhusiano uliopo kati yenu.

Tazama: Damu nzito kuliko maji.

Zoezi la kwanza

Methali

Darasa la 5

Zoezi la 1.1

Kamilisha methali zifuatazo.
1. Ahadi ni _____.
2. _____ la mkuu huvunjika guu.
3. Ngojangoja huumiza _____.
4. _____ hula mbivu.
5. Haba na haba hujaza _____.

Zoezi la 1.2

Oanisha Sehemu A na Sehemu B kupata methali iliyokamilika.

	Sehemu A	Sehemu B
1.	Haraka haraka	haiozi.
2.	Kuuliza	ni arubaini.
3.	Mwenda pole	si ujinga.
4.	Siku za mwizi	hajikwai.
5.	Akiba	haina baraka.

Zoezi la 1.3

Chagua maneno yaliyomo kwenye mabano kukamilisha methali hizi.
1. _____ shinda haliachi kutika. (Pipa, Debe)
2. Bendera _____ upepo. (hukimbia, hufuata)
3. Jifya moja haliinjiki _____. (chungu, sufuria)
4. Mkono mtupu _____. (haurambwi, hauoshwi)
5. _____ yakimwagika hayazoleki. (Maziwa, Maji)

Zoezi la 1.4

Unganisha Sehemu A na B ili kupata methali kamili.

	Sehemu A	Sehemu B
1.	Tamaa mbele	(a) hujaza kibaba.
2.	Haba na haba	(b) mauti nyuma.
3.	Kambare mkunje	(c) kibaya chajitembeza.
4.	Mchagua nazi	(d) angali mbichi.
5.	Kizuri chajiuza	(e) huinukia koroma.

Zoezi la 1.5

Methali zifuatazo zimeparaganywa. Zipange vizuri.

Mfano:

1. Mvua imemnyea aisifuye.
2. Punda mzoea farasi hapandi.
3. Kimbia ng'ombe ugwe hujaona.
4. Matako ya kuazima nguo haisitiri.
5. Mwenye haambiwi tazama macho.

Zoezi la 1.6

Oanisha Sehemu A na B, kupata methali iliyokamilika.

	Sehemu A	Sehemu B
1.	Ahadi	(a) hufuata upepo.
2.	Maskini	(b) humaliza gogo.
3.	Bendera	(c) ungali maji.
4.	Bandubandu	(d) ana kamba ya kiuno.
5.	Udongo upate	(e) ni deni.

Zoezi la 1.7

Chagua neno kwenye mabano kukamilisha methali ulizopewa.

1. Fuata _____ ule asali. (nyuki, mzinga)
2. _____ haachi mwibawe. (Changu, Taa)

Mazoezi

3. Mgeni ni _____ mweupe. (ndege, kuku)
4. _____ koko mkali kwao. (Paka, Mbwa)
5. Mwanzo wa _____ ni lele. (ugomvi, ngoma)

Zoezi la 1.8

Kamilisha methali zifuatazo kwa kuandika herufi ya jibu sahihi ndani ya kiboksi. Mfano mmoja umepewa.

    Mstahamilivu hula _____. **C**
    A. mbegu   B. mbichi   C. mbivu   D. mbovu

1. _____ haufi maji.
   A. Mkoko   B. Mtondoo   C. Mvule   D. Mdimu

2. Kwenda mbio si _____.
   A. kupata   B. kuwahi   C. kufika   D. kurudi

3. Kukopa harusi kulipa _____.
   A. msiba   B. sherehe   C. rahisi   D. matanga

4. _____ hazai ugenini.
   A. Kanga   B. Kuku   C. Bata   D. Kware

5. Embe _____ sawasawa na kisukari.
   A. shomari   B. dodo   C. boribo   D. keche

Zoezi la 1.9

Kamilisha methali zifuatazo kwa kutumia majina ya wanyama.

1. Karamu mbili zilimshinda _____.
2. _____ wawili hawakai zizi moja.
3. Paka akiondoka _____ hutawala.
4. Angurumapo _____ mcheza nani?
5. Maneno matamu humtoa _____ pangoni.

Zoezi la 1.10

Kwa kila methali iliyo katika Sehemu A, itafutie maana yake katika Sehemu B.

Sehemu A

1. Aliye juu mngoje chini.
2. Bahati ni chudi.
3. Dalili ya mvua ni mawingu.
4. Eleza haja upate haja.
5. Cha mlevi huliwa na mgema.

Sehemu B

(a) Bahati ni bidii.
(b) Aliye juu, kama mpanda ngazi, hakosi atashuka.
(c) Kwa kawaida mawingu ndiyo yanayoashiria mvua.
(d) Pato analopata mlevi huishia kwa mgema au anayetengeneza pombe.
(e) Mtu hupata haja yake baada ya kuieleza. Tunapohitaji kusaidiwa ni lazima tuwaeleze wenzetu matatizo tuliyonayo.

Darasa la 6

Zoezi la 1.11

Kamilisha methali zifuatazo.

1. _____ hasara.
2. Penye nia _____.
3. _____ ni kama sheria.
4. Vita vya panzi _____.
5. _____ kwenye kuku wengi.
6. Ukitaka kuruka _____.
7. _____ ya mnyonge ni umoja.
8. Asiyefunzwa na mamaye _____.
9. _____ huonekana asubuhi.
10. Mgaagaa na upwa _____.
11. _____ usiku atakuchoma.
12. Jambo usilolijua _____.

Zoezi la 1.12

Kwa kila methali iliyoko Sehemu A, ichagulie methali inayofanana nayo kutoka Sehemu B.

	Sehemu A		Sehemu B
1.	Mwendapole hajikwai.	(a)	Kuuliza si ujinga
2.	Damu ni nzito kuliko maji.	(b)	Mtaka unda haneni.
3.	Asiyeuliza hana ajifunzalo.	(c)	La leo hufanywa leo.
4.	Maneno mengi hula vitendo.	(d)	Polepole ndiyo mwendo.
5.	Linalowezekana leo lisingoje kesho.	(e)	Zobe na msuwele ni wamoja.

Zoezi la 1.13

Andika neno badala ya picha kukamilisha methali.

1.  wa maskini hazai.

2. Mali bila  huisha bila habari.

3. Avumaye baharini  kumbe na wengine wapo.

4.  mwenda pole ndiye mla nyama.

5.  mbovu ni harabu ya nzima.

Zoezi la 1.14

Chagua maneno yaliyomo ndani ya boksi kukamilisha methali ulizopewa.

| Asiyekuwapo, | shetani, | Jembe, | toka, | mtu |

1. Bilisi wa mtu ni _____.
2. _____ halimtupi mtu.
3. _____ na lake halipo.
4. Kila _____ na mbuyu wake.
5. Akufukuzaye hakwambii _____.

Zoezi la 1.15

Unganisha Sehemu A na B kupata methali kamili.

	Sehemu A	Sehemu B
1.	Kuagiza	(a) hayana macho.
2.	Njia ya mwongo	(b) halisikii dawa.
3.	Lisilo budi	(c) kufyekeza.
4.	Mapenzi	(d) hutendwa.
5.	Sikio la kufa	(e) fupi.

Zoezi la 1.16

Chagua maneno yaliyomo kwenye mabano kukamilisha methali zifuatazo.

1. Kutoa ni _____ si utajiri. (roho, moyo)
2. Kata _____ uunge wajihi. (pua, shavu)
3. Dalili ya mvua ni _____. (manyunyu, mawingu)
4. Mwenda tezi na _____ hurudia ngamani. (omo, sabuni)
5. Mwenzako _____ na zako tia maji. (akizidiwa, akinyolewa)

Mazoezi

Zoezi la 1.17
Unganisha Sehemu A na B kupata methali.

	Sehemu A	Sehemu B
1.	Ajizi	(a) kila mtu ana zake.
2.	Akili ni nywele	(b) yasiyokuwa na mbu.
3.	Mshika mawili	(c) kumbe na wengine wapo.
4.	Hakuna masika	(d) nyumba ya njaa.
5.	Avumaye baharini papa	(e) moja humponyoka.

Zoezi la 1.18
Kwa kila methali uliyopewa, chagua maana yake.

Methali:
1. Ajali haina kinga.
2. Nyama ya ulimi tamu.
3. Mbwa koko mkali kwao.
4. Kikulacho ki nguoni mwako.
5. Apewaye ndiye aongezwaye.

Maana:
(a) Nyama ya ulimi huwa ni tamu sana.
(b) Anayepewa kitu ndiye anayeongezewa kingine.
(c) Mbwa anayezurura huwa mkali akiwa maeneo ya kwao.
(d) Kitu kinachokula huwa kimo ndani ya nguo yako ya mwilini.
(e) Ni vigumu kuzuia ajali kutokea au jambo ambalo halina budi kutokea, mfano, kifo.

Zoezi la 1.19
Kamilisha methali zifuatazo kwa kuandika herufi ya jibu sahihi ndani ya kiboksi.

1. Bura yangu sibadili na _____. ☐
   A. rahani   B. sahani   C. rehani   D. cherehani

2. Apendwaye akajua haachi _____. ☐
   A. kujishaua B. kudeka C. kupenda D. kujipongeza

3. _____ kali ni dawa ya mwana mimba. ☐
   A. Embe B. Buyu C. Pombe D. Joto

4. Kuzima _____ si mwisho wa uhunzi. ☐
   A. nyundo B. patasi C. koleo D. msumeno

5. _____ yakijaa hupwa. ☐
   A. Mawese B. Maji C. Mafuta D. Maziwa

Zoezi la 1.20
Kwa kila maana ya methali ifuatayo ichagulie methali yake.

Maana:
1. Tisa huwa karibu na kumi.
2. Ngoma inayovuma sana haidumu.
3. Kwa kawaida, kamba hukatikia pabovu au pembamba.
4. Kitu anachokipenda mtu kwa moyo mmoja huwa ni kama dawa yake.
5. Aghalabu, raha na furaha humjia mtu baada ya mtu huyo kupata taabu.

Methali:
(a) Ivumayo haidumu.
(b) Baada ya dhiki faraja.
(c) Kenda karibu na kumi.
(d) Kipendacho moyo dawa.
(e) Kamba hukatikia pabovu.

Darasa la 7

Zoezi la 1.21

Ziandike methali kwenye nafasi zifuatazo ukiongozwa na michoro.

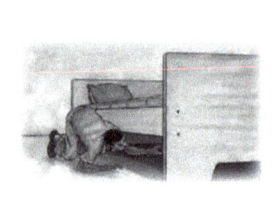

1. _____

2. _____

3. _____

4. _____

5. _____

Zoezi la 1.22

Jaza nafasi zilizoachwa wazi kwa kutumia maneno yaliyomo kwenye mabano kukamilisha methali.

1. Zimwi _____ halikuli likakwisha. (lisilokujua, likujualo)
2. Hakuna _____ yasiyokuwa na mbu. (manyunyu, masika)
3. Akufaaye kwa _____ ndiye rafiki. (dhiki, shida)

4. Mshika _____ moja humponyoka. (mengi, mawili)
5. Mkaidi hafaidi hadi siku ya _____ (Krismasi, Idi)
6. Vita vya panzi furaha ya _____ (mwewe, kunguru)
7. _____ kamba hukata jiwe. (Papo kwa papo, Hapo kwa hapo)

Zoezi la 1.23

Kamilisha methali zifuatazo.

1. Umoja ni nguvu, _____ _____ _____.
2. _____ _____ humaliza gogo.
3. Baniani mbaya _____ _____ _____.
4. _____ _____ vimeundwa.
5. Hakuna marefu _____ _____ _____.
6. _____ _____ mauti nyuma.
7. _____ _____ angali mbichi.
8. Mtoto _____ ndivyo akuavyo.
9. Mtaka yote kwa _____ hukosa yote.
10. Ajifanya chongo, _____.

Zoezi la 1.24

Methali zifuatazo zimeparaganywa. Zipange vizuri.

1. Kisebusebu papo na kiroho.
2. Adhabu ya maiti aijua kaburi.
3. Mwenziwe msiba usio na hakuna.
4. Mchele mbalimbali mmoja mapishi.
5. Mtegemea cha maskini hali nduguye hufa.

Zoezi la 1.25

Kwa kila maana uliyopewa chagua methali.

Maana:

1. Kata pua ili uweze kuunganisha au kutengeneza uso.
2. Mtu mwenye kilema siyo kwamba ni mgonjwa au ana maradhi.
3. Jambo linalofanywa kwa pupa huwa halinyooki au haliendi vizuri.

4. Pilipili uliyoila ndiyo itakayokuwasha, usiyoila haiwezi kukuwasha.
5. Mtu anayemwosha maiti ndiye anayejua kasoro yoyote aliyonayo maiti.

Methali:

(a) Kilema si ugonjwa.
(b) Kata pua uunge wajihi.
(c) Harakaharaka haina baraka.
(d) Aibu ya maiti aijua mwosha.
(e) Pilipili usiyoila yakuwashiani?

Zoezi la 1.26

Oanisha Sehemu A na B kupata methali iliyokamilika.

	Sehemu A	Sehemu B
1.	Ukupigao	(a) hubiuka yeye.
2.	Mdharau biu	(b) huijui ila zake.
3.	Maskini haokoti	(c) ndio ukufunzao.
4.	Polepole ya kobe	(d) humfikisha mbali.
5.	Nyumba usiyoilala	(e) akiokota huambiwa keba.

Zoezi la 1.27

Andika maana za methali zifuatazo.

1. La kuvunda halina ubani.
2. Fadhila za punda mashuzi.
3. Mkataa pema pabaya panamwita.
4. Zimwi likujualo halikuli likakwisha.
5. Wapiganapo mafahali wawili ziumiazo ni nyasi.

Zoezi la 1.28

Kwa kila methali uliyopewa, itafutie maana yake.

Methali:

1. Mwendapole hajikwai.
2. Damu nzito kuliko maji.
3. Maneno mengi hula vitendo.
4. Asiyeuliza hana ajifunzalo.
5. Linalowezekana leo lisingoje kesho.

Mazoezi

Maana:
(a) Mtu asiyeuliza hawezi akajifunza kitu.
(b) Kwa vyovyote iwavyo damu haiwezi kulinganishwa na maji.
(c) Jambo linalowezekana kufanyika leo basi lifanyike leo lisingoje kesho.
(d) Mtu anayetembea taratibu ni nadra kujikwaa kwani huwa ni mwangalifu.
(e) Kwa kawaida mtu anapokuwa na maneno mengi huwa si mfanyaji wa kitu au jambo.

Zoezi la 1.29

Kwa kila methali iliyopo kwenye Kundi A, itafutie methali inayofanana nayo kwenye Kundi B.

Kundi A
1. Asiyeuliza hana ajifunzalo.
2. Damu nzito kuliko maji.
3. Maneno mengi hula vitendo.
4. La leo lifanywe leo.
5. Polepole ndio mwendo.

Kundi B
(a) Mwendapole hajikwai.
(b) Ajizi nyumba ya njaa.
(c) Kuuliza si ujinga.
(d) Mtakaunda haneni.
(e) Mla nawe hafi nawe ila mzaliwa nawe.

Zoezi la 1.30

Tafuta methali zinazokinzana na ziandike pamoja kama jozi.

Mfano:

Subira huvuta heri. // Ngojangoja huumiza matumbo.

1. Mcheza kwao hutunzwa.
2. Jitihada haiondoi kudura.
3. Mpanda ovyo hula ovyo.
4. Nabii hasifiwi kwao.
5. Mpenda chongo huona kengeza.
6. Bahati ya mwenzio usiilalie mlango wazi.

7. Mtaka cha mvunguni sharti ainame.
8. Bila usumbufu huwi mtukufu.
9. Mgaagaa na upwa hali wali mkavu.
10. Moyo wa kupenda na kuwiza huwa.

Darasa la 8

Zoezi la 1.31

Kamilisha methali zifuatazo kwa kuandika neno badala ya picha.

1.  mgeni hakosi kamba mguuni.

2.  kwingi ni kuona mengi.

3.  wa shamba hawiki mjini.

4.  kimoja hakivunji chawa.

5. Mchagua  huinukia koroma.

Zoezi la 1.32

Kamilisha methali zifuatazo kwa kuunganisha Sehemu A na Sehemu B.

	Sehemu A	Sehemu B
1.	Kuvuja kwa pakacha	utajenga ukuta.
2.	Jungu kuu	nafuu kwa mchukuzi.
3.	Usipoziba ufa	halikosi ukoko.
4.	Polepole	si ugonjwa.
5.	Kilema	ndiyo mwendo.

Zoezi la 1.33

Methali zifuatazo zimeparaganywa. Zipange vizuri.
1. Mdharau tende mwiba huota mguu.
2. Joshi la mnyonge dau haliendi.
3. Leo ni mwongo asemaye kesho ni leo.
4. Si mchagua jembe mkulima.

Zoezi la 1.34

Chora picha badala ya neno kukamilisha methali zifuatazo.
1. Kutoa ni _____ usambe ni utajiri.
2. Penye _____ mingi hapana wajenzi.
3. Kata pua uunge_____.
4. Dalili ya mvua ni _____.
5. Sheria ni _____ hukata mbele na nyuma.
6. Upele humwota asiye na _____.
7. Cha mwenzako _____ na chako kitie maji.
8. _____ usioila yakuwashia nini?
9. Aso tahadhari ni _____.
10. _____ hazai ugenini.

Mazoezi

Zoezi la 1.35

Kwa kila methali iliyopo Sehemu A chagua maana yake kutoka Sehemu B.

	Sehemu A
1.	Mzaha mzaha hutumbua usaha.
2.	Hakuna msiba usio na mwenziwe.
3.	Mtegemea cha nduguye hufa hali maskini.
4.	Kisebusebu na kiroho papo.
5.	Mchele mmoja mapishi mbalimbali.

	Sehemu B
(a)	Mchele wa aina moja unaweza kupikwa katika mapishi tofauti.
(b)	Dhihaka dhihaka huishia kuleta mabaya.
(c)	Matatizo yakianza kuja mara nyingi hayasimami bali yanaongozana.
(d)	Mtu anayetegemea kipato cha ndugu yake hufa katika hali ya umaskini.
(e)	Kuonesha kukataa jambo hali roho yako inalitaka (jambo hilo).

Zoezi la 1.36

Unganisha Sehemu A na Sehemu B kupata methali iliyokamilika.

	Sehemu A	Sehemu B
1.	Baada ya dhiki	kuliko kumi nenda uje.
2.	Shibe mwana malevya	ni mjukuu.
3.	Mbio za sakafuni	faraja.
4.	Majuto	huishia ukingoni.
5.	Heri kenda shika	njaa mwana malegeza.

Zoezi la 1.37

Kwa kila methali katika Sehemu A, ichagulie methali inayokinzana nayo katika Sehemu B

	Sehemu A
1.	Mpanda ovyo hula ovyo.
2.	Mcheza kwao hutunzwa.
3.	Kipenda roho hula nyama mbichi.
4.	Subira huvuta heri.
5.	Dudu liumalo silipe kidole

	Sehemu B
(a)	Moyo wa kupenda na kuwiza huwa.
(b)	Kitema kuni temato.
(c)	Tenda wema wende zako usingoje shukrani.
(d)	Hakuna kovu la masimango.
(e)	Chelewa-chelewa utampata mwana si wako.

Zoezi la 1.38

Kwa kila maana ya methali uliyopewa chagua methali yenye maana hiyo.

Maana:

1. Tabia ya kuwa na majivuno au maringo si ya kiungwana.
2. Maji yaliyomwagika si rahisi kuweza kuyazoa na kuyapata tena kama mwanzo.
3. Wema na ubaya haviafikiani.
4. Anayependa mtu mwenye jicho pofu yeye huona mboni ya jicho hilo imekwenda upande tu.
5. Kila tukio linalotokea huwa na sababu zake au chanzo chake.

Methali:

(a) Lila na fila havitangamani.   (d) Baada ya kisa mkasa.

(b) Kiburi si maungwana.   (e) Mpenda chongo huona kengeza.

(c) Maji yakimwagika hayazoleki.

Zoezi la 1. 39

Toa maana za methali zifuatazo.

1. Maji ukiyavulia nguo sharti uyaoge.
2. Mshindo mkuu huvuma mbali.
3. Mganga hajigangi.
4. Mchelea mwana kulia hulia yeye.
5. Aibu ya maiti aijuaye mwosha.

Mazoezi

Zoezi la 1.40

Chagua jibu lililo sahihi zaidi na andika herufi yake katika kiboksi.

1. "Kidole kimoja hakivunji chawa."
   Methali hii **inatufundisha** kuwa:
   A. tufanye kazi kwa ushirikiano.
   B. kila mtu afanye kazi peke yake.
   C. ukitaka kumuua chawa sharti utumie vidole viwili.
   D. huwezi kumuua chawa kwa kutumia kidole kimoja.

2. "Ukitaka kuruka agana na nyonga."
   Methali hii **inatuasa** kuwa:
   A. tufikiri kabla ya kutenda.
   B. tusiruke mpaka nyonga ikubali.
   C. tusikubali kutenda jambo bila ushauri.
   D. nyonga ndiyo inayotuwezesha kuruka mbali.

3. Methali ipi kati ya hizi **inatuonya** kuwa "tulitengeneze jambo mara tu pale linapoanza kuharibika?"
   A. Kawia ufike.
   B. Mchumia juani hulia kivulini.
   C. Usipoziba ufa utajenga ukuta.
   D. Mshika mawili moja humponyoka.

4. Methali ipi kati ya hizi **inatushauri** kutegemea vitu tulivyo navyo karibu kuliko vya mbali ambavyo hatuna uwezo navyo?
   A. Kamba hukatikia pabovu.
   B. Kuku mgeni hakosi kamba mguuni.
   C. Kamba ya mbali haifungi kuni.
   D. Kamba ya mali haivutwi kwa nguvu.

5. Methali ipi kati ya hizi inatukumbusha kuwa: "Ukikusudia kwa dhati kutenda jambo fulani basi lazima utapata namna ya kulitenda jambo hilo."
   A. Mtakaunda haneni.
   B. Penye nia pana njia.
   C. Mchagua jembe si mkulima.
   D. Elimu ni ufunguo wa maisha.

Zoezi la ziada

I. Kwa kila methali iliyopo Sehemu A, itafutie methali inayofanana nayo katika Sehemu B.

Sehemu A		Sehemu B
1. Baada ya dhiki faraja.	(a)	Subira huvuta heri.
2. Haraka haraka haina baraka.	(b)	Upele humwota asiye na kucha.
3. Penye miti mingi hapana wajenzi.	(c)	Penye wimbi na milango i papo.

II. Kwa kila methali iliyopo Sehemu A, itafutie methali inayokinzana nayo katika Sehemu B.

Sehemu A		Sehemu B
1. Kawia ufike.	(a)	Wema hauozi.
2. Ukitaka kuruka agana na nyonga.	(b)	Kutangulia si kufika.
3. Shukrani ya punda mateke.	(c)	Usiige kunya kwa tembo, utapasuka msamba.

Kazimradi

1. Unaposikia neno "methali", unafahamu nini?
2. Methali zina umuhimu mkubwa katika jamii. Hebu taja kazi tatu za methali.
3. Kusanya methali kumi (10) na maana zake kutoka kwenye mazingira unayoishi.
4. Jadiliana na wenzako kuhusu methali hizo mkisaidiwa na mwalimu wenu.
5. Kati ya methali ulizozikusanya, chagua zilizo mpya kwako na uzikariri.
6. Andika methali tano zinazotushauri kufanya bidii.
7. Andika methali tano kuhusu samaki.
8. Andika methali tano zinazotushauri kuzingatia maadili.
9. Jadili na mwenzako methali tano na mtaje methali zenye kukinzana nazo.
10. Andika methali zozote tano na kwa kila methali taja nyingine yenye maana sawa.

***

Nahau/Misemo

(i) Dhana ya nahau/misemo

Nahau/Msemo ni maneno yenye maana maalumu ambayo ni maana tofauti na (maana) ya kawaida. Au, nahau/msemo ni fungu la maneno lenye maana maalumu isiyotokana na maana za kawaida za maneno hayo.

Angalia mifano ifuatayo.

Mfano A

	Nahau/Misemo	Maana
(a)	aga dunia	fariki; kata roho
(b)	benua kidari	toa kifua mbele; jionyesha
(c)	chana mbuga	toweka machoni; kimbia ili kuepuka hali fulani
(d)	daka maneno	ingilia mambo yasiyokuhusu
(e)	enda chafya	chemua; toa uchafu puani

Au

Nahau/Msemo ni neno lenye kuelezea hali fulani ya mambo.

Angalia mfano ufuatao:

Mfano B

	Nahau/Msemo	Maana
(a)	inshallah	Mwenyezi Mungu akipenda; kwa mapenzi ya Mungu
(b)	kubaniabania	kuwa na tabia ya kutokuwa mbadhirifu au hata kuwa bahili; kutopenda kutumia pesa vibaya
(c)	kuchacha (mtu)	kukasirika; kuwa mkali
(d)	kudabuka (uso)	kuonyesha furaha; kuchangamka
(e)	mjamzito	mama mwenye mimba

(ii) Muundo wa nahau/msemo

a) Nahau/Msemo hutumia muundo wa kitenzi na nomino.

Kwa mfano,
funga akidi - funga ndoa. Pia, tazama Mfano A, hapo juu.

b) Nahau/Msemo pia, hutumia muundo wa aina nyingine za maneno isipokuwa kitenzi.

Kwa mfano,
mpaji Mungu - anayetoa kuwapa waja wake ni Mungu peke yake.

c) Kuna nahau/misemo zingine, ingawa siyo nyingi, ambazo zina muundo wa neno moja kama tulivyoona hapo juu.

Kwa kuangalia maneno na dhana inayozungumzwa katika nahau/misemo tunaweza pia, kukisia kuwa nahau/misemo fulani ni ya siku za hivi karibuni.

Kwa mfano,

1. *achwa kwenye mataa:* achwa mahala umeshangaa
2. *changudoa:* mwanamke malaya au mwasherati
3. *elimu ni bahari:* elimu haina mwisho
4. *kujiachia*: uhuru bila mpaka; kujitanafasi upendavyo; kukaa vyovyote upendavyo
5. *ingia mitini*: toweka au potea hasa baada ya kufanya uhalifu fulani
6. *ingizwa mjini:* fanyiwa utapeli, ulaghai au udanganyifu
7. *kuchuna mbuzi:* (mwanamke) kupata fedha kutoka kwa mwanamume ambaye hana mapenzi ya dhati naye bali anamganda kwa ajili ya masilahi yake tu
8. *mishemishe:* Kiingereza - 'mission in town' - mipango ya mjini inayomfanya mtu aweze kuishi kwa kutumia akili za ziada
9. *mjini shule:* mjini pana mengi, kwa hivyo, watu hujifunza ujanja mwingi wakiwa mjini
10. *utajiju(a):* (kama ilani) shauri yako mwenyewe

(iii) Matumizi ya lugha katika nahau/misemo

Nahau/misemo hutumia zaidi mbinu za sitiari na tasifida.

Nahau/Misemo

a) **Sitiari**
   1. *acha ujuba:* acha kiburi au kujifanya unajua.
   2. *hamu na ghamu:* tamaa kubwa ya kutaka kitu; shauku kubwa.
   3. *jikalia:* kaa kizembe; kaa bila ya kufanya kazi.
   4. *(ku)fa kiofisa (na tai shingoni)*: (ku)vumilia shida.
   5. *piga kite:*
      1. Toa ukelele au kilio kwa maumivu.
      2. Jikakamua kwa uchungu katika kujifungua.

b) **Tasifida**
   1. *bao la mkahawani/chano cha mji:* badala ya malaya wa kupindukia
   2. *chungulia kaburi:* badala ya kuwa mahututi/karibia kufa
   3. *enda haja:* badala ya kojoa/kunya
   4. *jifungua:* badala ya zaa mtoto
   5. *kuwa na macho ya nje:* badala ya kuwa mzinzi
   6. *kuwa na mkono mrefu:* badala ya kuwa mwizi
   7. *kuwa na mkono wa birika:* badala ya kuwa bahili
   8. *mjamzito:* badala ya mama mwenye mimba
   9. *mzito wa kuelewa:* badala ya mpumbavu
   10. *tupa mkono:* badala ya kufa

c) **Maswali**
   1. Hata wewe nawe?
   2. Nani mwenzangu?
   3. Unalo (bibi)?
   4. Yamekuwa hayo?

(iv) Umuhimu wa nahau/misemo

1. Kuongeza ladha na kupamba lugha
2. Kudhihirisha ufundi wa lugha
3. Kupunguza ukali, matusi au aibu ya maneno
4. Kuchochea hisi fulani
5. Kutumiwa kufunza maadili au kuhimiza
6. Kusisitiza jambo fulani

Nahau/Misemo

Baada ya kupitia dhana, muundo, matumizi ya lugha na umuhimu wa nahau/misemo kwa jumla, sasa tusome nahau / misemo iliyokusudiwa.

1. angua kicheko
M.y.: Cheka kwa sauti kubwa.
Mfa.: Baada ya kumwona mwenziwe kateleza na kuanguka, Kituri aliangua kicheko hadi machozi yakamtoka.

2. anika (juani)
M.y.: 1. Weka kitu (juani) nje ili kikauke.
Mfa.: Mobu aliianika (juani) ile ngozi ya mbuzi kabla ya kuiuza.
M.y.: 2. Toa siri, weka mambo hadharani.
Mfa.: Si uungwana kuanika juani aibu za wenzako ilhali na wewe una aibu zako nyingi.

3. anua tanga
pia: anua matanga
M.y.: Maliza tanga au msiba.
Mfa.: Wafiwa wote wataondoka msibani kesho baada ya kuanua tanga.

1. bega kwa bega
M.y.: Kwa pamoja; kwa kushirikiana
Mfa.: Wanakijiji walilima shamba lao bega kwa bega mpaka wakalimaliza. Ni sawa na sako kwa bako.

2. buheri wa afya
Msa.: **Buheri** ni kwa heri tupu; kwa wema. **Afya** ni hali nzuri ya mwili.
M.y.: Kwa heri tupu na kuwa katika hali nzuri ya mwili.
Mfa.: Tumemsaka Maria kila mahali hatukumwona, kumbe yuko Kisiwani katulia buheri wa afya.

chemshabongo

M.y.: Fikiri sana.
Mfa.: Maswali magumu yanahitaji mtu kuchemsha bongo lake barabara ndipo aweze kuyajibu kwa usahihi.

1. fanya juu chini

M.y.: Jaribu kila njia, mbinu au rai.
Mfa.: Idi alifanya juu chini mpaka mtoto wake akapata kazi.

2. fedha kichele

M.y.: Fedha kidogo; kiasi kidogo cha pesa.
Mfa.: Fedha kichele alizonazo Rama haziwezi kutosha kununulia baiskeli.

3. fuja mali

M.y.: Tumia mali vibaya.
Mfa.: Jumbe sasa anahangaika na maisha baada ya kuifuja mali yote aliyorithi kutoka kwa marehemu baba yake. Ni sawa na ponda mali. Wengine husema ponda mali kufa kwaja (kunakuja).

H

hana mbele wala nyuma

M.y.: Maskini wa kutupwa; hana uwezo wa kufanya lolote – si wa kwenda mbele wala kurudi nyuma; hohehahe
Mfa.: Tangu aanze kushiriki ulevi, Nomi amekuwa hana mbele wala nyuma, anamwomba kila mtu. Ni sawa na hana hanani (akiulizwa haungami).

K

1. kaa chonjo

Pia: kaa ange
Msa.: *Chonjo* ni tahadhari.
M.y.: 1. Tahadhari; kuwa tayari au imara.
Mfa.: Mlinzi alilazimika kukaa chonjo baada ya kusikia milio ya risasi.
M.y.: 2. Kaa pembeni au kaa upande (ili kupisha kitu fulani kifanyike).
Mfa.: Mkuu wa shughuli aliwatangazia waalikwa kukaa chonjo ili bwana arusi apite. Wengine husema kaa chonjo, saa mbaya!

2. kata maini

M.y.: Udhi sana; kasirisha; shtua sana.
Mfa.: Maneno aliyosema Mzee Shosi dhidi ya (kinyume na) mwanangu yalinikata maini lakini sikuwa na la kufanya.

3. kata mawasiliano

Msa.: *Mawasiliano* ni upashanaji (upeanaji) habari kwa njia mbalimbali **k.v.,** simu na barua.
M.y.: Acha kupashana habari.
Mfa.: Tangu simu yake iibwe, Sihaba amekata mawasiliano na shoga yake, Munira.

4. kata shauri

M.y.: Amua; fikia uamuzi.
Mfa.: Baada ya mjadala mrefu, watu wa Uondwe walikata shauri kujenga zahanati kwa njia ya kujitolea.

5. kata tamaa

M.y.: Poteza matumaini; tamauka.
Mfa.: Binadamu yeyote hatakiwi kukata tamaa katika kutenda mambo ya heri.

6. kiinimacho

M.y.: Ujanja wa kuonesha mambo ya ajabu na yasiyowezekana kufanyika; mazingaombwe; mazigazi.

Mfa.: Mzee Mwitani hufanya kiinimacho na kuwaonesha watu eti anakula moto.

7. kitindamimba

M.y.: Kinyume cha kifunguamimba; mziwanda; mwana wa mwisho kuzaliwa katika jamii (familia)
Mfa.: Rukia ndiye kitindamimba katika familia ya kina Bedi.

8. kubali kwa ulimi tu

M.y.: Kubali jambo mdomoni tu, siyo katika moyo.
Mfa.: Baada ya kunilazimisha nimwoe binti yao, ilinibidi nikubali kwa ulimi tu lakini kwa kweli sikuwa na nia ya kumwoa.

9. kufa kikondoo

M.y.: Pata tabu au matatizo bila ya kulalamika, vumilia shida; kufa huku ukivumilia.
Mfa.: Pamoja na matatizo yote aliyokuwa nayo, Kiboflo aliamua kufa kikondoo.

10. kufa kiofisa

M.y.: Ina maana sawa na kufa kikondoo.

11. kufa kishujaa

M.y.: Kufa pasi kuogopa; kufa kijasiri.
Mfa.: Askari wetu walikufa kishujaa wakati wa vita kati yetu na nchi jirani.

12. kufa maji

M.y.: Kuaga dunia kutokana na maji; kutota maji.
Mfa.: Yule mvuvi aliyezama na mtumbwi amekufa maji.

13. kujua mbivu na mbichi

M.y.: Kujua ukweli na wongo wa mambo; kujua kila kitu; kutambua undani wote.
Mfa.: Kila nikimdai Chamembe hataki kunilipa pesa zangu, lakini leo nitamdai hadi niweze kujua mbivu na mbichi.

Nahau/Misemo

14. kula chumvi nyingi

M.y.: Kuishi kwa muda mrefu au miaka mingi.
Mfa.: Mzee Kondo ni mkongwe sana, bila shaka amekula chumvi nyingi.

15. kula kiapo

M.y.: Kuapa; kutamka jina la Mwenyezi Mungu katika kuthibitisha jambo.
Mfa.: Sele alikula kiapo kuwa yeye hakuiba simu ya mdogo wake, Omari.

16. kula magendo

M.y.: (Hapa) ina maana sawa na kula rushwa; kula hongo.

17. kula njama

M.y.: Kufanya mambo ya siri; kupanga mipango ya siri.
Mfa.: Wananchi walikula njama na kuupindua utawala wa kidhalimu.

18. kula rushwa

M.y.: Kupokea hongo.
Mfa.: Mara hii serikali imewafukuza kazi watu wengi sana kwa kosa la kula rushwa.

19. kulinda zamu

M.y.: Kuangalia ili kuhakikisha usalama kwa kupokezana kila baada ya muda fulani.
Mfa.: Wezi walifanikiwa kuiba vipuri vingi vya magari baada ya askari wa kulinda zamu kumaliza muda wake na kuondoka.

20. kumkalia (mtu) kitako

M.y.: Kufanya mkutano wa kujadiliana jinsi ya kumwonya mtu au kumwelekeza.
Mfa.: Familia yetu ilimkalia kitako shemeji baada ya (yeye) kumpiga mkewe vibayavibaya.

21. kuwa macho

M.y.: Kujihadhari; kutahadhari
Mfa.: Usipokuwa macho vibaka (waporaji) watakuibia mpaka kope (kila kitu).

22. kwenda haja

M.y.: Kwenda msalani (chooni).

Mfa.: Mwalimu hatakuruhusu kwenda haja kabla ya kumaliza kuandika.

lala tanga

pia: lala matanga

M.y.: Kesha (kaa macho usiku kucha) kwenye msiba.

Mfa.: Mama alipofika kwa kina Bite hakumkuta mtu yeyote; wote walikwenda kulala tanga kwa jirani yao, Kifile.

1. mbiu ya mgambo

M.y.: Tangazo maalumu

Mfa.: Raia wametoa mbiu ya mgambo kuwa watapambana na ufisadi (uovu, uharibifu) kwa gharama yoyote.

2. mezea mate

M.y.: Tamani, ashiki

Mfa.: Kila mtu aliyekuwapo shughulini aliimezea mate pilau baada ya harufu yake kuhanikiza (kuenea) kila mahali.

3. mioyo imefinywa

M.y.: Mioyo imebanwa (si mikunjufu); haina furaha.

Mfa.: Mioyo yao imefinywa kwa sababu waliyoahidiwa hayakutimizwa.

4. moyo mgumu

M.y.: Moyo mbaya; moyo usiopenda kushirikiana; moyo usioshawishika upesi.

Mfa.: Sauda hawezi kudanganyika kwa urahisi kutokana na moyo mgumu alionao.

5. moyo mweupe

M.y.: Moyo safi; hodari au mwepesi kusaidia
Mfa.: Kila mtu alimpenda marehemu Mtumwa kutokana na kuwasaidia wenzake kwa moyo mweupe.

6. mvua za rasharasha

M.y.: Mvua za manyunyu; mvua ndogondogo
Mfa.: Mvua za rasharasha tu zinatosha kuifanya barabara yetu iteleze.

1. ndimi kali

Pia: ndimi za upanga
M.y.: Ndimi zenye maneno mengi makali na ya kimatusi
Mfa.: Chori na Asumini wamezidi kuwa na ndimi kali ndiyo maana kila mtu sasa anawachukia.

2. nyonya nguvu

M.y.: Tegea (mtu mwingine)
Mfa.: Zidi hapendi kufanya kazi na Bonge kwa sababu muda wote anamnyonya nguvu.

1. ona cha mtema kuni

Pia: ona kilichomtoa kanga manyoya
M.y.: Ona adabu atakayopata kwa kutenda yasiyoridhisha.
Mfa.: Nikimpata aliyeniibia kuku wangu atakiona cha mtema kuni.

2. ota mizizi

M.y.: Shika imara au madhubuti; kuwa vigumu kung'oka.
Mfa.: Tabia mbaya hupigwa vita mapema, haingojwi mpaka ikaota mizizi.

P

1. paka mafuta kwa mgongo wa chupa

pia: 1. paka mafuta kwa nyuma ya chupa
2. visha kilemba cha ukoka
M.y.: Danganya au hadaa mtu.
Mfa.: Watu wengine hupenda kuwapaka mafuta kwa mgongo wa chupa wenzao ili wapate matilaba (haja) yao.

2. pata jiko

Pia.: asi ukapera
M.y.: Oa; pata mke.
Mfa.: Tangu Bakari kupata jiko hataki rafiki yeyote afike nyumbani kwake.

3. piga chenga

M.y.: 1. Epa kwa ujanja; kwepa.
Mfa.: Kibadeni aliwapiga chenga maadui na kuupachika mpira wavuni.
M.y.: 2. Kukosa.
Mfa.: Yule kijana alitaka kufanya biashara kubwa lakini fedha zilimpiga chenga.

4. piga domo

Pia: piga soga/piga gumzo
M.y.: Zungumza bila ya kuwa na kazi maalumu ya kufanya.
Mfa.: Vijana wa mtaa huu hawapendi kufanya kazi, wanapenda kupiga domo!

5. piga kithembe

M.y.: Sema kithembe; Kasoro ya mtu kutoweza kutamka herufi 's' na badala yake hutamka 'th', kwa mfano, thimba badala ya simba.
Mfa.: Haidhuru Kidangu anapiga kithembe, lakini akizungumza anaeleweka.

Nahau/Misemo

6. piga marufuku
M.y.: Kataza; komesha; zuia
Mfa.: Serikali imepiga marufuku uvuvi haramu katika Bahari ya Hindi.

7. piga mbiu
M.y.: Toa habari fulani kwa wito; tangaza habari.
Mfa.: 1. Zamani za kale, kupiga mbiu ilikuwa dalili ya kuwaita watu.
2. Hapo zamani, watu waliitana kwa kupiga mbiu.

8. piga usingizi
M.y.: Kulala fofofo; kulala sana
Mfa.: Kazi ya Paulo ni kupiga usingizi tu, hana jingine aliwezalo.

9. piga uvivu
M.y.: Fanya uvivu; zembea
Mfa.: Maisha ya siku hizi ni magumu sana na yanahitaji mtu afanye kazi na kamwe si kupiga uvivu.

10. piga winda
Pia: piga uwinda
piga ubinda
piga mbinda
Msa.: **Winda** ni mvao wa nguo wa kuipitisha baina ya mapaja na kuichupika (kuipachika/kuichomeka) kwa mbele.
M.y.: Vaa nguo kama ilivyoelezwa kwenye msamiati.
Mfa.: 1. Mshaame akishajipiga winda atakupandia minazi iliyopo (mingi au isiyo na idadi).
2. Mara nyingi wakwezi wa minazi hupiga winda wanapotaka kuangua nazi.

11. pigwa na butwaa
Msa.: **Butwaa** ni bumbuwazi; mshangao mkubwa
M.y.: Shangaa; sangaa; emewa
Mfa.: Kikoti alipigwa na butwaa alipomwona mwizi akiuawa mbele yake na watu wenye hasira. Ni sawa na pigwa na bumbuwazi

Nahau/Misemo

12. pokea kwa mikono miwili

M.y.: Pokea kwa heshima

Mfa.: Tulipokwenda kutembea Kisauni wenyeji wetu walitupokea kwa mikono miwili.

13. ponea chupuchupu

M.y.: Nusurika kwa bahati; bado kidogo tu kufikwa na tatizo

Mfa.: Mlevi yule aliponea chupuchupu kugongwa na gari wakati alipokuwa akivuka barabara.

1. shika tama

M.y.: Kuweka mkono kidevuni na kuinama kwa majonzi au mawazo.

Mfa.: Baada ya kufiwa na mtoto wake, Zakayo alikaa kizingitini huku kashika tama.

2. shika usukani

Msa.: **Usukani** ni kifaa cha kuongozea gari, meli, jahazi au chombo chochote kinachotembea

M.y.: Kuwa na mamlaka (madaraka) ya uongozi.

Mfa.: Nahodha wa timu yetu alipoumia mguu, Kidude ndiye aliyeshika usukani. Ni sawa na shika hatamu

3. sina hali

M.y.: 1. Sina uwezo kiafya

Mfa.: Nitawezaje kukubeba mgongoni mwanangu nami sina hali?

M.y.: 2. Sina uwezo kiuchumi

Mfa.: Si kama sitaki kukununulia kitenge lakini mwenzio sina hali.

T

1. tega sikio
M.y.: Sikiliza kwa makini
Mfa.: Bi Zakia alitega sikio wakati daktari alipokuwa akimwelezea masharti ya dawa zake.

2. teka nyara
M.y.: Fanya au chukua kama mateka; chukua kitu au mtu kwa nguvu
Mfa.: Majambazi waliomteka nyara dereva wa teksi walikamatwa wote na askari wa doria.

3. tia chumvi
M.y.: Ongeza habari fulani isiyo ya kweli au ya udanganyifu; zidisha
Mfa.: Bondia wetu alishindwa tu, wanaosema kuwa alipigwa na kupasuka kichwa wanatia chumvi. Nahau nyingine yenye maana sawa na hii ni piga chuku.

4. tia fora
M.y.: Shinda; fanikiwa katika jambo; endelea vizuri.
Mfa.: Familia ya kina Matumla imetia fora kwa kutoa mabondia wazuri.

5. tia moyo
M.y.: Himiza.
Mfa.: Ni wazee wachache wanaowatia moyo watoto wao ili wafanye vizuri katika masomo yao. Ni sawa na mpa moyo.

6. tia nanga
M.y.: Simama; fika mwisho wa jambo
Mfa.: Juma Faraji alitia nanga ngalawa yake baada ya kuona amekaribia ufukoni.

Nahau/Misemo

7. toa heshima

M.y.: 1. Mpa heshima

Mfa.: Askari wote hukakamaa wakati wanapotoa heshima kwa kiongozi wa nchi.

M.y.: 2. Aga dunia (mtu aliyefariki)

Mfa.: Ni ada kwa watu wengine kutoa heshima zao za mwisho kwa mwenzao aliyefariki kabla hajazikwa.

8. toa rambirambi

Msa.: ***Rambirambi*** ni huzuni au masikitiko

M.y.: Kutoa mkono wa huzuni au masikitiko

Mfa.: Kesho asubuhi tutakwenda kutoa rambirambi zetu kwa ndugu wa marehemu Faki.

9. toa wosia/wasia

M.y.: 1. Toa nasaha au mashauri mema.

Mfa.: Mzee Akida alijitahidi kutoa wosia kwa wanawe ili waweze kuwa watoto wazuri.

M.y.: 2. Toa maagizo yanayotakiwa kufanywa baada ya mtu kufariki

Mfa.: Shehe Bachu alitoa wosia kuwa atakapokufa azikwe shambani kwake.

unga mkono

M.y.: Kubaliana na

Mfa.: Kila mmoja wetu alimuunga mkono Nasibu alipotoa shauri la kuanzishwa kwa sungusungu (utaratibu wa watu kufanya ulinzi katika makazi yao).

1. visha kilemba cha ukoka

Pia: vika kilemba cha ukoka

M.y.: Mpa mtu sifa za wongo ili kumpumbaza

Mfa.: Bila ya kumvisha kilemba cha ukoka, Maringo hawezi kukusaidia.
Tazama: paka mafuta kwa mgongo wa chupa

2. vunjika moyo

M.y.: Kukata tamaa; kukosa nguvu ya kufanya jambo

Mfa.: Ali alipenda sana kusoma lakini alivunjika moyo baada ya kukosa mtu wa kumsaidia.

watu walimiminika

M.y.: Watu walikuja au walifika kwa wingi

Mfa.: Watu walimiminika kushuhudia ndoa ya Chidi.

zunguka mbuyu

M.y. : **1.** Endea (mtu) kinyume

Mfa.: Baada ya Mbagala kuaminiwa sana na sahibu yake, alizunguka mbuyu na kumdhulumu pesa zake.

M.y.: **2.** Toa rushwa (hongo)

Mfa.: Katika nchi za Afrika leo si rahisi watu kupata haki zao bila ya kuzunguka mbuyu.

Zoezi la pili

Nahau/Misemo

Darasa la 5

Zoezi la 2.1

Kamilisha *nahau/misemo* **zifuatazo kwa kuandika neno badala ya picha.**

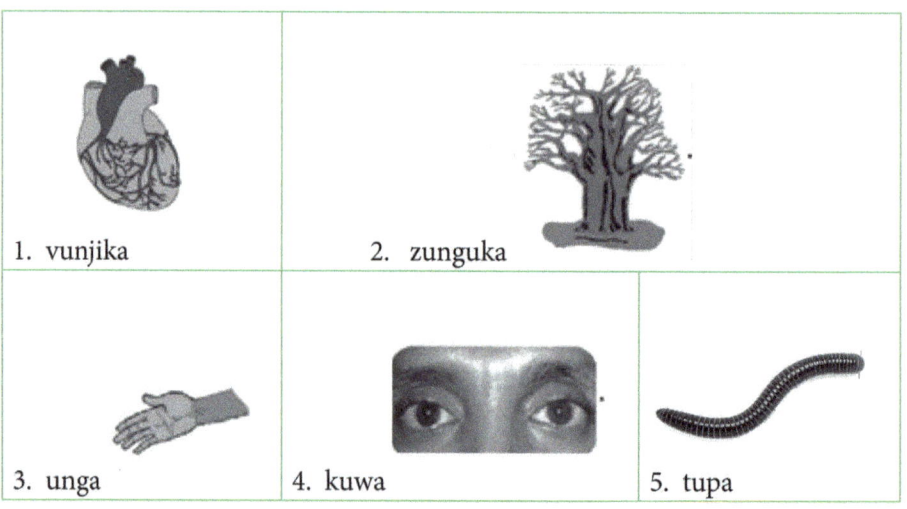

1. vunjika
2. zunguka
3. unga
4. kuwa
5. tupa

Zoezi la 2.2

Kamilisha *nahau/misemo* **zifuatazo.**

1. _____ tama
2. kwenda _____
3. _____ magendo
4. ona cha _____
5. shika _____

Zoezi la 2.3

Oanisha *nahau/msemo* **na maana yake katika jedwali lifuatalo.**

	Nahau/Msemo	Maana
1.	kitindamimba	a) kuishi kwa muda mrefu au miaka mingi
2.	kula rushwa	b) mtoto wa mwisho kuzaliwa
3.	hana mbele wala nyuma	c) kupokea hongo
4.	kula chumvi nyingi	d) maskini wa kutupwa
5.	kanyanga chechele	e) potea njia

Zoezi la 2.4

Toa maana za *nahau/misemo* **zifuatazo.**

1. shiba siha
2. macho ya kikombe
3. sako kwa bako
4. piga unyende
5. ona maya

Zoezi la 2.5

Kwa kila maana iliyopo Sehemu A, tafuta *nahau/msemo* **yake katika Sehemu B.**

	Sehemu A	Sehemu B
1.	toa uchafu puani	(a) jikalia
2.	mama mwenye mimba	(b) ingia mitini
3.	acha kiburi au kujifanya unajua	(c) enda chafya
4.	kaa bila ya kufanya kazi au kaa kizembe	(d) mjamzito
5.	toweka au potea hasa baada ya kufanya uhalifu	(e) acha ujuba

Darasa la 6

Zoezi la 2.6

Malizia *nahau/misemo* **zifuatazo.**

1. _____ kishujaa
2. _____ (mtu) kitako
3. mvua za _____
4. kulinda _____
5. _____ kithembe

Mazoezi

Zoezi la 2.7

Kamilisha *nahau/misemo* **zifuatazo kwa kuandika neno badala ya picha.**

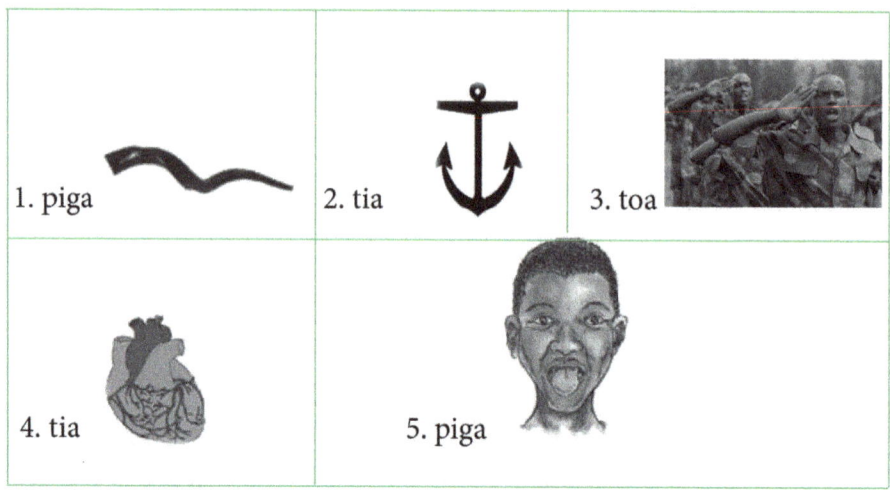

Zoezi la 2.8

Kwa kila *nahau/msemo* **iliopo kwenye Sehemu A, itafutie maana yake kwenye Sehemu B.**

	Sehemu A	Sehemu B
1.	piga chenga	komesha
2.	toa wosia	kwepa
3.	kula kiapo	tamani
4.	mezea mate	kuapa
5.	piga marufuku	toa nasaha au mashauri mema

Zoezi la 2.9

Tafuta nahau/misemo zinazofanana kati ya A na B.

	A	B
1.	pata jiko	(a) kata roho
2.	kimavi	(b) chafua jina
3.	laza damu	(c) asi ukapera
4.	paka matope	(d) mkosi wa kaniki
5.	aga dunia	(e) piga zohali

Zoezi la 2.10

Kwa kila maana iliyopo kwenye Sehemu A, itafutie *nahau/msemo* **yake katika Sehemu B.**

A: Maana

1. Kuwa karibu sana
2. Kuwa na roho ya kikatili au ya kijeuri
3. Kutoa mkono wa huzuni au masikitiko
4. Kubali jambo mdomoni tu, siyo moyoni
5. Tamaa kubwa ya kutaka kitu au shauku kubwa

B: Nahau/Msemo

(a) roho kakatima
(b) pua na mdomo
(c) kubali kwa ulimi tu
(d) hamu na ghamu
(e) kutoa mkono wa rambirambi

Darasa la 7

Zoezi la 2.11

Pigia mstari *nahau/msemo* **katika sentensi zifuatazo.**

1. Kombo hawezi kazi, mwulize kupiga uvivu.
2. Mbiu ya mgambo ikilia ina jambo.
3. Mvuvi aliponea chupuchupu mtumbwi wake ulipozama.
4. Baada ya kuanua tanga kila mtu alirudi nyumbani kwake.

Mazoezi

5. Watu hawataki kufanya kazi na Boga kwa sababu anawanyonya nguvu wenzake.
6. Maneno yake yalinikata maini lakini ningefanyaje mnyonge kama mimi?
7. Tangu simu yake kuibwa Omari amekata mawasiliano na sisi.
8. Vijana hao walipofiwa na mama yao walikula mwata.
9. Zuberi akiwa na mpira huwapiga chenga walinda lango wa timu pinzani.
10. Mtoto alilala kifudifudi kwenye vumbi.

Zoezi la 2.12

Jaza nafasi zilizoachwa wazi kukamilisha kila *nahau/msemo* **ifuatayo. Herufi ya mwanzo umepewa.**

1. k_____ kiofisa (na tai shingoni)
2. tia ch_____
3. k_____ tamaa
4. pata j_____
5. k_____ kikondoo
6. toa r_____
7. k_____ maji
8. k_____ ange
9. n_____ nanga
10. o_____ tabu

Zoezi la 2.13

Kwa kila *nahau/msemo*, **chagua jibu sahihi na andika herufi yake katika kiboksi**

1. Maana ya nahau **kata shauri** ni: ☐
   - A. amua
   - B. anua
   - C. amuka
   - D. ambua

2. **lala tanga** maana yake ni: ☐
   - A. kesha kwenye ngoma
   - B. kesha kwenye msiba
   - C. kesha kwenye mkesha
   - D. kesha kwenye sherehe

3. **kiinimacho** maana yake ni: ☐
   - A. kiini cheusi kwenye macho
   - B. kiini cha njano ndani ya yai
   - C. mazingaombwe
   - D. mazingira

4. Maana ya **kula njama** ni:
   A. kula sembe na mlenda
   B. kula ubwabwa na mchuzi
   C. kula uhondo
   D. kupanga mipango ya siri

5. Maana ya **piga usingizi** ni:
   A. kuuchapa usingizi
   B. kuchelewa kuamka
   C. kulala mapema
   D. kulala fofofo

Zoezi la 2.14

Chagua *nahau/msemo* **katika B yenye maana ifuatayo katika A.**

A: Maana

1. Kwa vyovyote
2. Kunywa pombe nyingi
3. Sikia mnong'ono au fununu
4. Haribu mimba, toa mimba au haribu ujauzito
5. (hutumika kwa) Watu wanaopendana sana au wenye uhusiano wa karibu

B: Nahau/Msemo

(a) avya mimba
(b) pata penyenye
(c) chanda na pete
(d) chapa maji
(e) ima fa ima

Zoezi la 2.15

Kwa kila nahau/msemo kutoka *Sehemu A*, **tafuta** *nahau/msemo* **inayofanana nayo kutoka** *Sehemu B*.

Sehemu A	Sehemu B
1. kanyaga chechele	(a) kaa chonjo
2. kata roho	(b) kula mlungura
3. kaa macho	(c) shika hatamu
4. kula rushwa	(d) potea njia
5. shika usukani	(e) aga dunia

Mazoezi

Darasa la 8

Zoezi la 2.16

Kamilisha *nahau/misemo* **zifuatazo.**

1. _____ kicheko
2. moyo _____
3. _____ hatamu
4. fanya _____
5. _____ nyara

Zoezi la 2.17

Andika *nahau/msemo* **yenye maana ifuatayo.**

1. watu walikuja kwa wingi
2. tahadhari
3. kujua ukweli wa mambo
4. kuwa imara au vigumu kung'oka
5. kwa kushirikiana

Zoezi la 2.18

Toa maana ya kila *nahau/msemo* **ifuatayo.**

1. chemshabongo
2. pokea kwa mikono miwili
3. tia fora
4. kubali kwa ulimi tu
5. buheri wa afya

Zoezi la 2.19

Chagua maana sahihi ya *nahau/msemo* **na kuandika herufi yake ndani ya kiboksi.**

1. Maana ya **moyo mweupe** ni:
    - A. moyo usiokuwa na rangi
    - B. moyo ulio na rangi nyeupe
    - C. moyo usio na doa
    - D. moyo safi

2. **tega sikio** maana yake ni:
    - A. toga sikio
    - B. tega sikio kwa kutumia mtego
    - C. sikiliza kwa makini
    - D. sikiliza lakini husikii

3. **visha kilemba cha ukoka** ina maana ya: ☐
   A. dharau
   B. babaisha
   C. bembeleza
   D. mpa mtu sifa za uongo ili kumpumbaza

4. Maana ya **pigwa na butwaa** ni: ☐
   A. pigwa na kitu kigumu   C. pigwa na watu usiowajua
   B. pigwa na wasiwasi   D. shangaa

5. **ndimi kali maana** yake ni: ☐
   A. ndimi zenye maneno mengi makali na ya kimatusi
   B. ndimi zinazokata kama kisu
   C. ndimi zinazosema uongo
   D. ndimi zenye utamu wa asali

Zoezi la 2.20

Eleza maana ya *nahau/misemo* **zifuatayo.**

1. mioyo imefinywa   4. paka mafuta kwa mgongo wa chupa
2. anika juani   5. fuja mali au ponda mali
3. fedha kichele

Zoezi la ziada

Kwa kila *nahau/msemo* **zilizopo Sehemu A uchagulie** *nahau/msemo* **unaofanana nao katika Sehemu B.**

	Sehemu A	Sehemu B
1.	asi ukapera	paka mafuta kwa mgongo wa chupa
2.	ona cha mtema kuni	vunjika moyo
3.	kata tamaa	ona kilichomtoa kanga manyoa
4.	kufa kikondoo	pata jiko
5.	visha kilemba cha ukoka	kufa kiofisa (na tai shingoni)

Mazoezi

Kazimradi

1. Eleza maana ya nahau/msemo.
2. Taja kazi tatu tu za nahau/misemo.
3. Kusanya nahau/misemo kumi (10) na maana zake kutoka katika mazingira unayoishi.
4. Mkiwa katika vikundi na kwa msaada wa mwalimu wenu, jadilianeni kuhusu nahau/misemo mliyokusanya.
5. Kati ya nahau/misemo uliyokusanya, angalia usiyoifahamu na kuikariri.
6. Andika nahau/misemo tanotano zinazoanza kwa:
   a) kata   b) ona   c) piga
7. Jadilianeni nahau/misemo inayohusu furaha.

Vitendawili

(i) Dhana ya Vitendawili

Kitendawili ni maneno yanayoelezea jambo fulani lakini kwa njia ya kuficha. Pia, kitendawili ni maneno yanayoficha maana ya kitu ili kisijulikane kwa urahisi. Au, kitendawili ni usemi uliofumbwa ambao hutolewa kwa hadhira ili ufumbuliwe.

Mifano
1. **Askari wangu ni mpole lakini adui wanamhara.** (Paka)
2. **Bibi hatui mzigo wake.** (Konokono/Kobe)
3. **Charakata, puu!** (Nazi inayoanguka kutoka mnazini)
4. **Dadangu ana jicho moja.** (Sindano)
5. **Embe langu duara haliliki mpaka lipikwe.** (Boga)

Aidha, vipo vitendawili ambavyo vinafanana kwa sababu vyote huwa na jibu moja.

Mfano
(a) i. Anaota moto kwa mgongo. (chungu)
    ii. Anazungumza huku akiungua. (chungu)
    iii. Apendeza akinguruma. (chungu)
    iv. Bibi yuko juu ya kiti analia machozi. (chungu)
    v. Mgongo wa bibi mchafu. (chungu)
(b) i. Akitembea huringa hata akiwa hatarini. (lumbwi/kinyonga)
    ii. Babu geuka geuka. (kinyonga/lumbwi)
    iii. Huona hapa, huko na kule. (lumbwi/kinyonga)
    iv. Hushindani na Roza kwa mavazi. (kinyonga/lumbwi)
    v. Huuawa na uzazi wake. (lumbwi/kinyonga)

Pia kuna baadhi ya vitendawili (ingawa si vingi) ambavyo vina jibu zaidi ya moja.

Vitendawili

Mfano

i. **Hesabu yake haina faida.** (nywele/nyota/mchanga)
ii. **Huuawa na uzazi wake.** (kinyonga/mgomba/nyenje)

(ii) Muundo wa vitendawili

- Mtegaji wa kitendawili huanza kwa kusema, "Kitendawili."
- Mteguaji hujibu, "Tega."
- Kitendawili hutolewa, kwa mfano, "Kitantaruma mlango wa chuma, ukiufungua hauna huruma!"
- Mteguaji hujibu, "Bunduki."
- Mteguaji anaposhindwa kukitegua, mtegaji humtaka atoe mji.
- Mteguaji humpa mji (mtegaji) na akiukubali mji aliopewa, yeye hutoa jibu.

Wakati mwingine, kwa kuangalia muundo na jibu la kitendawili, unaweza kukisia kitendawili hicho ni cha wakati gani.

Angalia mfano wa vitendawili vifuatavyo:

i. Mwarabu mweupe amesimama kwa mguu mmoja. (Uyoga)
ii. Nina watoto wangu wanne ambao daima hufukuzana. (Magurudumu ya gari)
iii. Sanduku la babu latufurahisha. (Gitaa)
iv. Wanisikia tu wala hunijui. (Redio)
v. Wazungu wawili wanachungulia dirishani. (Kamasi)

(iii) Matumizi ya lugha katika vitendawili

Vitendawili hutumia lugha ya *kisanaa* (kiufundi) na kwa kusudi maalumu kama ifuatavyo.

1. *Dhihaka*

    Kitu kidogo kimemtoa mfalme kitini. (Haja ndogo)

2. *Sitiari*

    i. Kuku mweupe hufanya harusi. (Chumvi na umuhimu wake)
    ii. Samaki wangu anaelea kimgongo mgongo. (Meli / Merikebu).

3. *Tabaini/Ukinzani*
    i. Adui tumemzingira lakini hatumwezi. (Kuota moto)
    ii. Ngozi ndani nyama nje. (Firigisi)
    iii. Ana meno lakini hayaumi. (Kitana/Chanuo)
    iv. Askari wangu ni mpole lakini adui wanamhara. (Paka)
    v. Mkubwa ananiamkia mdogo haniamkii. (Kunde kavu na mbichi)
    vi. Yeye anatuona sisi hatumwoni. (Mungu)

4. *Tashihisi*
    i. Amchukuapo hamrudishi. (Kaburi)
    ii. Maiti anasema bali waliomchukua wamenyamaa kimya. (Chungu na Mafiga)
    iii. Popoo mbili zavuka mto. (Macho)
    iv. Popote niendapo ananifuata. (Kivuli)

5. *Taashira*
    Kondoo wangu mweupe kachafua njia nzima. (Konokono).
    (Daima) kuku wangu hutaga mibani. (Nanasi)

6. *Kejeli*
    Akivaa miwani haoni vizuri. (Mlevi)

7. *Mchezo wa maneno*
    Ukiona njigi utadhani njege na ukiona njege utadhani njigi. (Kunde na Mbaazi - au vitu viwili vyovyote vinavyofanana)

8. *Mliolio/Tanakali za sauti*
    i. Ba funika ba funua. (Unyayo wakati wa kutembea)
    ii. Dii, halina mshindo! Pia Dii, hakina mshindo! (Difu/Ndifu)
    iii. Pa funua pa funika. (Nyayo wakati wa kutembea)
    iv. Pakacha tii! (Ugonjwa wa matende)

Vitendawili

9. *Ushairi*
    i. Bak bandika bak bandua. (Unyayo wakati wa kutembea)
    ii. Futi kafutika futi, futi kafutika futi. (Nazi - Kumbi, Fuu, Nazi, Maji)
    iii. Huku ng'o na kule ng'o. (Giza)
    iv. Mchana "uu" na usiku "uu". (Macho)

10. *Takriri*
    i. Huku fungu huku fungu katikati bahari. (Nazi)
    ii. Mama kazaa mtoto na mtoto kazaa mtoto na mtoto kazaa mtoto. (Kuku na Yai)

(iv) Umuhimu wa vitendawili

Vitendawili vina umuhimu mkubwa kama ufuatao.

1. Huchemsha bongo.
2. Huelimisha.
3. Huburudisha.
4. Huimarisha ujuzi wa lugha.
5. Hufunza maarifa.
6. Hunoa udadisi.
7. Huimarisha uwezo wa kukumbuka.

Wakati mwingine unapoiangalia lugha ya kitendawili kwa undani inaweza kukupa mwelekeo wa jibu lake.

Mfano

i. Hauonekani. (Upepo)
ii. Hayahesabiki. (Majani)
iii. Nimekikalia. (Kiti)

Tanbihi:

Katika baadhi ya jamii za Waswahili, watu wanapokuwa wakitega na kutegua vitendawili, huingiza kipengele kingine kidogo ndani ya uwanja wa vitendawili. Kipengele hicho tunaweza kukiita **vifani**, kwa sababu ya sifa yake kuu ya kufananisha au kushabihisha vitu viwili. Lakini watu wengine hukiona kipengele hicho, **vitendawili**.

Katika utendaji wake, **vifani**, kama vitendawili huwa na wahusika wawili - mtegaji na mteguaji.

Mtegaji husema, "**Kifa kifanana**."

Mteguaji hukitegua kwa kutaja vitu viwili ambavyo vinafanana au vinashabihiana, kwa mfano, "**Tui na Maziwa**."

Kisha mtegaji husema tena, "Kifa kifanana."

Mteguaji hutegua kwa kutaja vitu viwili vingine vinavyofanana, kwa mfano, "Mpopoo na Mpapindi." (aina za miti) Au, Mbegu za papai na Pilipili manga/mtama, n.k.

Utendaji wa vifani huendelea hivyo mpaka labda itakapoonekana kuwa imetosha au pale itakapotokea kuwa wateguaji hawawezi kufikiria vifani vingine zaidi. Umuhimu wa vifani lakini ni sawa na ule wa vitendawili. Baada ya kupitia dhana, muundo, matumizi ya lugha katika vitendawili na umuhimu wake kwa jumla, sasa tuendelee kusoma vitendawili vilivyokusudiwa.

Vitendawili

A

1. **Adui tumemzingira lakini hatumwezi. (Kuota moto)**

   Msa.: **Adui** ni mtesi; hasimu; kinyume cha rafiki.
   Tumemzingira ni tumemzunguka.
   (Ku)ota moto (nahau) ni (ku)kaa mahali kupata joto la moto.

   Mae.: Moto wenye sifa ya kuunguza umefananishwa na adui. Pamoja na kwamba watu huota moto wakiwa wameuzunguka lakini hakuna hata mmoja awezaye kuugusa.

2. **Ajihami bila silaha. (Kinyonga/Lumbwi)**

   Msa.: **Ajihami** ni ajilinda; anajichunga nafsi yake ili asidhurike. **Silaha** ni kinachotumika kupigia au kupigania na ambacho kinaweza kujeruhi au kuua k.v., fimbo, bunduki, bomu au jiwe.

   Mae.: Kinyonga (pia lumbwi) ni mjusi anayebadilika rangi ya mwili wake ili afanane na rangi ya mazingira aliyomo. Kinyonga hana silaha bali hujihami dhidi ya maadui zake kutokana na uwezo wake wa kujibadilisha rangi na asiweze kuonekana kwa urahisi.

   Vitendawili vingine vyenye jibu sawa na hiki ni

   i. Akitembea huringa hata akiwa hatarini.
   ii. Kila wakimpiga anabadilika.
   iii. Mariamu mrembo.
   iv. Tajiri wa rangi.

3. **Akibeba watoto wake hawezi kuwashusha. (Mhindi)**

   Msa.: **Akibeba** ni akichukua.
   Kuwashusha ni kuwateremsha; kuwaweka chini; kuwatua.

   Mae.: (Mmea wa) mhindi umefananishwa na mama na mahindi ndiyo watoto. Mahindi huzaliwa na kubebwa na mhindi (mama yao) ambao hauna uwezo wa kuyashusha au kuyateremsha mahindi hayo.

4. Akitembea huringa hata akiwa hatarini. (Kinyonga)

Msa.: **Huringa** ni hutia madaha wakati wa kutenda jambo au kucheza ngoma.

Mae.: Kinyonga hutembea polepole kwa maringo kama hataki hata jambo la hatari likimtokea. Mwendo wake huwa huohuo, haubadiliki.

5. Amefika kabla mjumbe hajarudi. (Nazi na Mkwezi)

Msa.: **Mjumbe** ni mtu aliyetumwa kuwasilisha (kupeleka) habari fulani. **Mkwezi** ni mtu mwenye kazi ya kupanda miti, aghalabu, minazi, na kuangua nazi.

Mae.: Mkwezi anapopanda mnazi na kuangua nazi, nazi (iliyoanguliwa) hufika chini kwanza kabla ya mkwezi (mjumbe) kushuka.

6. Askari wangu ni mpole lakini adui wanamhara. (Paka)

Msa.: **Wanamhara** ni wanamwogopa sana au bila kiasi. **Mpole** ni mtulivu.

Mae.: Kwa kawaida paka huonekana mpole lakini anapokutana na adui yake (panya) humkamata, kisha akamwua na kumla. Hivyo, panya wanamwogopa sana paka.

B

7. Bibi hatui mzigo wake. (Konokono / Kobe)

Msa.: **Bibi** (pia nyanya) ni mama mzaa baba au mama. **Konokono** (pia koa) ni kinyama kinachoteleza na kinachotembea polepole sana. **Kobe** ni mnyama kama kasa mwenye gamba gumu, shingo fupi na anayeenda polepole.

Mae.: Konokono na kobe hutembea wakiwa katika magamba yao wakionekana kuyabeba.

Vitendawili vingine vyenye jibu sawa na hiki ni

 i. Babu yangu amevaa koti la chuma.
 ii. Natembea na nyumba yangu.
 iii. Ng'ombe hawezi kupanda kwenye kichuguu.

Vitendawili

8. **Bomu la machozi baridi (Moshi)**

Msa.: **Bomu** ni silaha inayotengenezwa kwa vitu vinavyolipuka ambapo husababisha madhara makubwa mahali linapolipukia. **Machozi** ni matone ya maji yanayotoka machoni mtu anapolia au kufurahi sana. **Moshi** ni hewa nzito ya rangi nyeupe, kijivu au nyeusi inayotokana na kuungua kwa vitu k.v., majani au mafuta.

Mae.: Bomu la machozi limefananishwa na moshi. Bomu la machozi likipasuka hutoa hewa ambayo huwasha sana unapoingia machoni na husababisha macho kutoa machozi. Moshi pia unapoingia kwenye macho huwasha na kuyafanya yatoe machozi.

9. **Chungu cha mwitu hakiwapiki wapishi wake wakaiva. (Mzinga wa nyuki)**

Msa.: **Chungu** ni chombo kilichofinyangwa kwa udongo na hutumiwa kwa kupikia. **Mwitu** (pia msitu) ni mahali penye miti mingi, mikubwa na midogo, vichaka na nyasi. **Wapishi** ni watu wenye ujuzi wa kupika.

Mae.: Mzinga wa nyuki ambao kwa kawaida huonekana mwituni (msituni) umefananishwa na chungu. Nyuki wamefananishwa na wapishi. Na kwa kuwa nyuki wako hai na wanaingia mzingani na kutoka ndiyo maana ikaambiwa kuwa chungu hakiwapiki wapishi wake (hao nyuki) wakaiva.

10. **Gari langu halitumii mafuta. (Miguu ya binadamu)**

Msa.: **Gari** ni chombo cha kusafiria kinachokwenda kwa magurudumu. **Mafuta** (hapa) ni petroli au dizeli ambayo hutumika katika baadhi ya vyombo vinavyokwenda kwa nguvu za moto k.v. motokaa (Kiingereza - motorcar) yaani gari, pikipiki n.k.

Mae.: Miguu ya binadamu imefananishwa na gari kwa kutembea - gari linatembea na miguu inatembea. Tofauti kubwa iliyopo kati yao ni kuwa gari linatumia mafuta ilhali miguu ya binadamu haitumii mafuta.

H

11. Hana adabu wala staha kwa watu. (Utelezi)

Msa.: **Adabu** ni tabia njema; nidhamu; heshima; staha. **Staha** ni heshima inayoambatana na haya au aibu ya kutenda jambo lisilokuwa zuri mbele ya watu wengine; hadhi; adabu.

Mae.: Utelezi umefananishwa na mtu asiyekuwa na adabu wala staha kwani huwafanya watu wateleze na pengine kuanguka.

Kitendawili kingine chenye jibu sawa na hiki ni
   Parr, mpaka Makka.

12. Hausimiki hausimami. (Mkufu)

Msa.: **Hausimiki** ni hauwezi kusimama wima. **Mkufu** ni mnyororo mwembamba uliotengenezwa kwa madini k.v., dhahabu au fedha ambao huvaliwa shingoni, aghalabu, na wanawake, kuwa ni pambo.

Mae.: Mkufu hauwezi kusimama wima hata ukisimamishwa.

13. Hesabu yake haina faida. (Nywele/Nyota/Mchanga)

Mae.: Nywele, nyota na mchanga ni vitu vyenye wingi mkubwa na visivyoweza kuhesabika. Hivyo, ni kujisumbua bure kutaka kuhesabu chochote kati ya vitu hivyo ilhali hakuna tija (faida) yoyote.

14. Huchagui wala hushauriwi. (Kuzaliwa na Kufa)

Msa.: **Huchagui** ni huteui kitu chenye sifa fulani kati ya vingine. **Hushauriwi** ni hutakiwi kutoa ushauri, maoni, nasaha au kuamua.

Mae.: Binadamu hana uwezo wa kuchagua au kushauri chochote juu ya kuzaliwa au kufa kwake. Yote mawili hutegemea juu ya maamuru (amri) na uamuzi wa Mola wake.

Vitendawili

15. Huuawa na uzazi wake. (Kinyonga, Mgomba, Nyenje)

Mae.: Kinyonga hupasuka na kufa papo hapo wakati wa kuzaa mtoto. Mgomba vivyo hivyo huzaa ndizi (mtoto). Hatimaye ndizi hiyo hukatwa na huo huwa ndiyo mwisho wa uhai wa mgomba. Nyenje (mdudu) hupasuka na kufa papohapo wakati wa kuzaa mtoto.

K

16. Kaa hapa nikae pale tumfinye mchawi. (Kula ugali)

Msa.: **Tumfinye** ni tumminye au tumkabe. **Mchawi** ni mtu anayesadikiwa anaweza kuwadhuru watu kwa kuwaroga.

Mae.: Wakati wa kula ugali mtu humega kiasi na kuuviringa tonge na kuufinyafinya (kuuminyaminya) mkononi ndipo akaula. Walaji wakiwa wawili basi huelekeana (mmoja hapa, mwingine pale kwa kupeana nyuso au kutazamana).

Vitendawili vingine vyenye jibu sawa na hiki ni:
  i. Kaa huko nikae huku tulenge mawe shimoni.
  ii. Kaa huku nami nikae kule ili tutupe mawe pangoni.
  iii. Kaa hapa nami nikae pale tumpige mawe shetani.
  iv. Kaa huko nami nikae huku tupande mlima.

17. Kila mtu humwabudu apitapo. (Mlango)

Pia: **Kila mtu hata mfalme humheshimu akipita.**

Msa.: **Humwabudu** ni huomba kwa unyenyekevu mkubwa. **Mfalme** ni mtawala mwanamume aliyepata nguvu za utawala kwa njia ya urithi au uwezo fulani, *k.v.*, ushujaa. **Humheshimu** ni humwekea adabu; humfanyia heshima.

Mae.: Watu hulazimika kuinama wanapoingia nyumbani. Kuinama huashiria unyenyekevu au kuheshimu.

Vitendawili vingine vyenye jibu sawa na hiki ni:
  i. Mimi nakujongelea, kwa nini wewe wanitumbulia macho tu?
  ii. Watoto wangu wawili kutwa wagombana bali usiku hulala salama salimini.

Vitendawili

18. Kila ukiwakuta wanajiandaa kupigana. (Katani)

Msa.: **Wanajiandaa** ni wanajitayarisha; wanajiweka tayari; wanajipanga. Kupigana ni kuwa na ugomvi unaosababisha kila mtu kumpiga mwenzake. **Katani** (pia kitani, mkonge) ni mmea wenye majani mapana, manene na marefu yenye ncha ambayo hutengenezwa nyuzi za katani za kutengenezea vitu, **k.v.**, kamba au mazulia, ikikomaa hutoa mlingoti wenye maua.

Mae.: Katani imefananishwa na binadamu anayejiandaa kwa vita kwani majani yake yenye ncha kali na jinsi yalivyokaa huonekana kama silaha zilizowekwa tayari kumdhuru mtu yeyote au tayari kwa mapambano ya vita.

19. Kiota changu nimekizungushia boma la nyasi. (Macho)

Msa.: **Kiota** ni nyumba ya ndege. **Boma** ni ua (ugo). Nyasi ni mimea pori yenye majani madogomadogo ya kijani yanayoliwa na ng'ombe, mbuzi. n.k.

Mae.: Hapa tunaona jinsi macho yalivyozungukwa na kope.

Kitendawili kingine chenye jibu sawa na hiki ni

Popoo mbili zavuka mto.

20. Kondoo wetu ana nyama nje na ngozi ndani. (Firigisi)

Msa.: **Kondoo** ni mnyama afugwaye, mkubwa kama mbuzi na mwenye manyoya mengi na marefu yanayotengenezwa sufu. **Firigisi** ni kiungo cha ndege, k.v., kuku kilichoko tumboni na kinachosaga chakula kinacholiwa na ndege huyo.

Mae.: Firigisi ina nyama nje na ikipasuliwa ina ngozi ambayo huwa na michanga pamoja na mabaki ya chakula.

Kitendawili kingine chenye jibu sawa na hiki ni

Tunda lake la ajabu - juu nyama, katikati ngozi na mwisho mchanga.

21. Kulia kwake ni kicheko kwetu. (Mvua)

Msa.: **Kicheko** ni tendo la kucheka. **Mvua** ni matone ya maji yanayodondoka kutoka kwenye mawingu.

Vitendawili

Mae.: Mvua imefananishwa na machozi ambayo humtoka binadamu anayelia. Wakati mvua inaponyesha huwa ni wakati wa kicheko (furaha) kwetu kwani tunapata maji ambayo ni muhimu sana katika uhai wetu.

Kitendawili kingine chenye jibu sawa na hiki ni

Mnazi wangu uko Mrima lakini nanywa madafu hapa.

22. Maskini huyu hata umchangie vipi haridhiki. (Tumbo)

Msa.: **Maskini** ni mtu asiyekuwa na pato la kutosha; fukara; dhalili. **Umchangie** ni utoe kitu na kumpa. **Haridhiki** ni hatosheki. **Tumbo** ni sehemu ya kiwiliwili iliyo kati ya kifua na kinena.

Mae.: Tumbo halitosheki na kula. Kila siku linataka kula. Tumbo hata ukilipa chakula gani sasa hivi, baada ya muda litataka kula tena.

23. Mbwamwitu wamemzunguka kumlinda. (Meno na Ulimi)

Msa.: **Mbwamwitu** ni mnyama jamii ya mbwa aishiye porini.

Mae.: Meno ambayo yanaweza *kung'ata* (kuuma) yamefananishwa na mbwamwitu, yanayolinda ulimi ulio katikati ya hayo meno, kinywani.

24. Mjomba hataki tuonane. (Kisogo)

Msa.: **Mjomba** ni ndugu wa kiume wa mama; kaka wa mama; hau. **Kisogo** (pia kichogo) ni sehemu ya nyuma ya kichwa.

Mae.: Mtu hawezi kukiona kisogo (kichogo) chake.

Kitendawili kingine chenye jibu sawa na hiki ni

Kipo lakini hukioni.

25. Mkutanapo ni marafiki muachanapo ni maadui. (Kinyesi)

Msa.: **Marafiki** ni watu wanaopendana na kuaminiana. **Maadui** ni kinyume cha marafiki; watu wanaotendeana uovu; mahasimu. **Kinyesi** ni mavi; haja kubwa.

Mae.: Mtu wakati anapokwenda haja kubwa (anapokunya) huwa hakereki sana na kinyesi chake lakini akishamaliza huwa hapendi tena kukiona (**k.v.**, kama vile mtu asivyotaka kumwona adui yake) au hata kusikia harufu yake.

26. Mti wangu una matawi saba, manne mabichi, mawili makavu na moja lina kichaa. (Ng'ombe: miguu, pembe, mkia)

Msa.: **Matawi** ni sehemu za miti zinazoota kutoka mashinani. **Mabichi** ni yasiyokauka; yenye majimaji. **Makavu** ni kinyume cha mabichi. **Kichaa** ni upungufu wa akili.

Mae.: Mti hapa umefananishwa na ng'ombe. Ng'ombe ana miguu minne ambayo ni mibichi (nyama na damu), ana pembe mbili (kavu na ngumu) na mkia mmoja ambao hautulii mahali pamoja. Kazi yake ni kupungapunga (kwenda huku na huko) kama mtu mwenye kichaa.

27. Napigwa faini kosa silijui. (Kujikwaa)

Msa.: **Faini** ni fedha anayotozwa mwenye hatia (kosa) kuwa ni adhabu; fedha ya kulipia kosa. **Kujikwaa** ni kupiga kitu kilicho chini kwa mguu bila ya kukusudia; kukunguwaa.

Mae.: Kitendo cha kujikwaa (kukunguwaa) kinafananishwa na adhabu. Na kama mtu huadhibiwa kutokana na kosa alilolifanya, basi hapa ni lipi kosa la kuadhibiwa? Ndiyo sababu anayejikwaa (anayekunguwaa) anashangaa kwa kupewa adhabu ya kujikwaa pasipo kujua kosa lake.

28. Nikikutana na adui yangu nanyongea. (Ugonjwa)

Msa.: **Nanyongea** ni nawa mnyonge au bila nguvu; najikunja kwa hofu au unyonge.

Mae.: Binadamu anapopatwa na ugonjwa (maradhi) huwa mnyonge au hudhoofika (huishiwa na nguvu au afya). Au hujikunja kwa hofu au unyonge.

Vitendawili

29. **Niliwachinjia wanangu, ng'ombe, wakala nyama, wakapanda mkia, ukaota ukawa ng'ombe tena. (Mua)**

Msa.: **Mua** ni mmea wenye shina refu linalofanana na mwanzi unaotoa maji matamu na ambayo husindikwa na kutengenezwa sukari; genderi.

Mae.: Mua umefananishwa na ng'ombe. Ulikatwa, ukamenywa na kuliwa nyama (kama ng'ombe). Sehemu ya mwisho au ya juu ya mua huwa chufu (haina sukari au haina utamu). Sehemu hii ikipandwa humea na kuwa mua tena (kama ule ulioliwa).

30. **Teketeke huzaa gumugumu, gumugumu huzaa teketeke. (Mhindi au Yai)**

Msa.: **Teketeke** ni laini; -ororo; lainilaini. **Gumugumu** ni kinyume cha teketeke.

Mae.: Mmea laini wa mhindi hutoa hindi ambalo ni gumu na ambalo mbegu zake zikipandwa (zikioteshwa) huchipua tena kutoa mhindi ulio laini. Yaani: mmea (teketeke) unazaa hindi (gumugumu) linazaa mmea (teketeke). Vivyo hivyo yai.

31. **Ukumbuu wa babu mrefu. (Njia au Barabara)**

Pia: Ukumbuu wa baba umenyooka mrefu.

Msa.: **Ukumbuu** ni kitambaa chenye uwazi ndani kinachotumika kama mkanda, aghalabu, kufungia nguo kiunoni.

Mae: Ukumbuu (au mkanda) wa babu ambao ni mrefu umefananishwa na njia au barabara.

Kitendawili kingine chenye jibu sawa na hiki ni
   i. Kamba yangu ndefu haifungi kuni.
   ii. Kamba yangu ni ndefu lakini haiwezi kufunga kuni.

32. Wakikua mama yao huwatupa mbali kwa kishindo. (Mbarika)

Msa.: **Mbarika** (pia nyonyo) ni kokwa za mbono au mnyonyo zinazotoa mafuta yanayotumika kama dawa ya tumbo na kulainisha viungo vya mwili.

Mae.: Mbono (pia mnyonyo) umefananishwa na mama na mbarika zimefananishwa na watoto wake. Mbarika zinapokomaa hukauka kisha hupasuka na kuangukia mbali na mbono (mama yao) kama vile watoto wa binadamu wanavyoondoka kwa mama yao wakishakua.

33. Watoto wa binadamu wakiondoka hawarudi. (Majani)

Mae.: Majani yakidondoka kwenye mti huwa hayarudi tena mtini. Majani yamefananishwa na watoto nao mti na binadamu.

Zoezi la tatu

Vitendawili

Darasa la 5

Zoezi la 3.1

Andika *kitendawili* **kimoja kwa kila picha unayoiona.**

1.
2.
3.
4.
5.

Zoezi la 3.2

Tegua *vitendawili* **vifuatavyo na kisha andika majibu kwenye mabano.**

1. Bibi hatui mzigo wake. (_____)
2. Kaa hapa nikae pale tumfinye mchawi. (_____)
3. Mjomba hataki tuonane. (_____)
4. Njoo umwone umpendaye. (_____)
5. Mfalme hushuka kwa kelele. (_____)

Zoezi la 3.3

Tega *vitendawili* **vyenye majibu yafuatayo.**

1. Macho
2. Mlango
3. Mvua
4. Uyoga
5. Kufuli

Zoezi la 3.4

Kamilisha *kitendawili* **na andika jibu lake kwenye mabano.**

1. _____ mweupe katupwa jaani.
2. Para la _____ linafuka moshi.
3. Kuku mweupe hufanya _____.
4. Daima, _____ wangu hutaga mibani.
5. Nyumba yangu ina _____ upande wa juu.

Zoezi la 3.5

Unganisha *Sehemu A* **na** *B* **kupata kitendawili kamili kisha, andika jibu lake kwenye mabano.**

	Sehemu A	Sehemu B
1.	Askari mfupi	(a) na mkono kiunoni.
2.	Kila niendapo	(b) na makotikoti yake.
3.	Babu kaanguka	(c) kasimama mlangoni.
4.	Mwarabu mweupe	(d) nasikia wifi, wifi!
5.	Mzungu katoka Ulaya	(e) amesimama kwa mguu mmoja.

Darasa la 6

Zoezi la 3.6

Chagua jibu sahihi la kitendawili na andika herufi yake ndani ya kiboksi.

1. Adui tumemzingira lakini hatumwezi. Jibu lake ni: ☐
    - A. Kuota jua
    - B. Kuota moto
    - C. Kuota ndoto
    - D. Kuota ukungu

2. Ukumbuu wa babu mrefu. Jibu lake ni: ☐
    - A. Ukumbu
    - B. Ukambaa
    - C. Ugwe
    - D. Njia

3. Nikikutana na adui yangu nanyongea. Jibu lake ni: ☐
    - A. UKIMWI
    - B. Ukweli
    - C. Ugonjwa
    - D. Ukoko

4. Wakikua mama yao huwatupa mbali kwa kishindo. Jibu lake ni:

   A. Mbarika
   B. Mbawala
   C. Mbono
   D. Mbura

5. Napigwa faini kosa silijui. Jibu lake ni:
   A. Kuanguka
   B. Kukaa
   C. Kujikwaa
   D. Kujikita

Zoezi la 3.7

Tega vitendawili kutokana na picha unazoziona hapa chini.

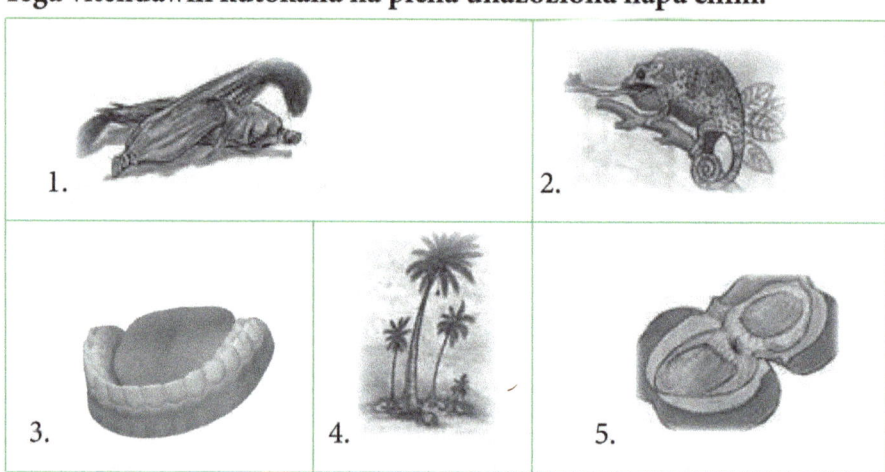

Zoezi la 3.8

Tega vitendawili vyenye majibu yafuatayo.

1. Kisima
2. Chungu
3. Mwangwi
4. Moshi
5. Kiberiti

Zoezi la 3.9

Tegua vitendawili vifuatavyo.

1. Dadangu ana jicho moja.
2. Nyumba yangu haina mlango.

3. Bibi yuko juu ya kiti analia machozi.
4. Embe langu la duara haliliki mpaka lipikwe.
5. Wazungu wawili wanachungulia madirishani.

Zoezi la 3.10

Oanisha sehemu A na B kupata kitendawili kisha, andika jibu lake.

	Sehemu A		Sehemu B
1.	Pakacha		(a) imejaa matobotobo.
2.	Amefika		(b) tii!
3.	Kulia kwake		(c) pa funika.
4.	Pa funua		(d) kabla mjumbe hajarudi.
5.	Kanzu ya baba		(e) ni kicheko kwetu.

Darasa la 7

Zoezi la 3.11

Kamilisha *vitendawili* **vifuatavyo.**

1. Mti wangu una matawi _____, manne _____, _____ makavu na moja lina kichaa.
2. Huchagui wala _____.
3. _____ yake haina faida.
4. Huuawa na _____ wake.
5. _____ kidogo kimemtoa _____ kitini.

Zoezi la 3.12

Chagua jibu sahihi kwa kila *kitendawili* **na iandike herufi yake ndani ya kiboksi.**

1. *Akitembea huringa hata akiwa hatarini.* Jibu la kitendawili hiki ni: ☐
   - A. Kinu
   - B. Kihodi
   - C. Kinyonga
   - D. Kidani

Mazoezi

2. *Maskini huyu hata umchangie namna gani haridhiki.* Jibu la kitendawili hiki ni: ☐
   A. Tumbo   C. Tunda
   B. Tumbuu   D. Tundu
3. *Akibeba watoto wake hawezi kuwashusha.* Jibu la kitendawili hiki ni: ☐
   A. Mzungu   C. Mwafrika
   B. Mchina   D. Mhindi
4. Daima kanitumbulia macho tu. ☐
   A. Kioo   C. Picha
   B. Mwanafunzi   D. Tarakilishi
5. Mpini wangu una visu vingi. ☐
   A. Mkungu   C. Msumeno
   B. Nungunungu   D. Mkia

Zoezi la 3.13

Tega vitendawili vyenye majibu yafuatayo.

1. Kitana/Chanuo   2. Gitaa   3. Njia
4. Haja ndogo   5. Korani Tukufu

Zoezi la 3.14

Kwa kila kitendawili katika *Sehemu A*, **kitafutie kitendawili chenye jibu sawa katika** *Sehemu B*.

Sehemu A

1. Bibi hatui mzigo wake.
2. Mgongo wa bibi mchafu.
3. Para la babu linafuka moshi.
4. Kamba yangu ndefu haifungi kuni.
5. Adui tumemzingira lakini hatumwezi.

Sehemu B

(a) Kaa hapa nikae pale tumfinye mchawi.
(b) Anapendwa sana ingawa mkali sana.

(c) Baba yangu amevaa koti la chuma.

(d) Ukumbuu wa babu mrefu.

(e) Apendeza akinguruma.

Zoezi la 3.15

Tegua vitendawili vifuatavyo.
1. Dii, halina mshindo!
2. Gombe kuu kundini mwa ndama.
3. Huku fungu na huku fungu katikati bahari.
4. Ukiona njigi utadhani njege na ukiona njege utadhani njigi.
5. Zunguka huko nami nizunguke huku tuje tukutane katikati.

Darasa la 8

Zoezi la 3.16

Andika neno badala ya picha na kisha andika jibu la *kitendawili* **kwenye mabano.**

1.  langu halitumii mafuta. ( )

2.  cha mwitu hakiwapiki wapishi wake wakaiva. ( )

3. Niliwachinjia 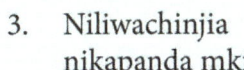 wanangu, nikala nyama nikapanda mkia, ukaota ukawa ng'ombe tena. ( )

Mazoezi

4. _(mlima)_ wa kwetu hupandwa kuanzia juu.( )

5. _(kiti)_ changu cha dhahabu hakikaliwi na watu. ( )

Zoezi la 3.17

Chagua jibu sahihi la *kitendawili* **na kisha andika herufi yake ndani ya kiboksi.**

1. *Bomu la machozi baridi.* Jibu la kitendawili hiki ni: ☐
   A. Mwosha C. Motisha
   B. Moshi   D. Mwanga
2. *Hana adabu wala staha kwa watu.* Jibu la kitendawili hiki ni: ☐
   A. Ufagio C. Utelezi
   B. Ufito   D. Utapiamlo
3. *Mkutanapo ni marafiki, muachanapo ni maadui.* Jibu la kitendawili hiki ni: ☐
   A. Kiota   C. Kinyozi
   B. Kinamo D. Kinyesi
4. *Kila ukiwakuta wanajiandaa kupigana.* Jibu la kitendawili hiki ni: ☐
   A. Kata   C. Katani
   B. Karata D. Kateni
5. Nipigapo ngoma yangu watoto hutoka nje na kucheza. Jibu lake ni:
   A. Gita   C. Kumbikumbi
   B. Redio   D. Ndege

Zoezi la 3.18

Tega vitendawili vyenye majibu yafuatayo.

1. Mwiba
2. Popo
3. Upepo
4. Doriani
5. Usingizi

Zoezi la 3.19

Kwa kila kitendawili katika Sehemu A, kichagulie kitendawili chenye jibu sawa katika Sehemu B na kisha, andika jibu la vitendawili hivyo.

Sehemu A

1. Akopa na halipi.
2. Askari tele Mzungu katikati.
3. Babu kaanguka na makotikoti yake.
4. Cheupe chavunjika manjano yatoka.
5. Niende huko nikirudi nimshike ng'ombe wa mama mkia.

Sehemu B

(a) Amchukuapo hamrudishi.
(b) Nyumba yangu haina mlango.
(c) Akamatwapo mkiani hutii amri.
(d) Mbwamwitu wamemzunguka kumlinda.
(e) Amekaa kimya na watoto wamemzunguka pande zote.

Zoezi la 3.20

Tegua vitendawili vifuatavyo.

1. Huku ngo'o na kule ngo'o.
2. Yeye anatuona sisi hatumwoni.
3. Nzi hatui juu ya damu ya simba.
4. Mbwa mwitu wamemzunguka kumlinda.
5. Nina watoto wangu wanne ambao daima hufukuzana.

Mazoezi

Zoezi la ziada

Kwa kila kitendawili kilichopo Sehemu A, **tafuta** kitendawili **chenye jibu sawa na hicho katika** Sehemu B.

Sehemu A

1. Akitembea huringa hata akiwa hatarini.
2. Bomu la machozi baridi.
3. Hana adabu wala staha kwa watu.
4. Kila mtu humwabudu apitapo.
5. Kipo lakini hukioni.
6. Kulia kwake ni kicheko kwetu.
7. Popoo mbili zavuka mto.

Sehemu B

(a) Haukamatiki wala haushikiki.
(b) Huuawa na uzazi wake
(c) Kiota changu nimekizungushia boma la nyasi.
(d) Mimi nakujongelea, kwa nini wewe wanitumbulia macho tu?
(e) Mjomba hataki tuonane.
(f) Mnazi wangu uko Mrima lakini nanywa madafu hapa.
(g) Parr, mpaka Makka!

Kazimradi

1. Nini maana ya Kitendawili?
2. Andika kazi tatu za vitendawili katika jamii yako.
3. Kusanya vitendawili kumi (10), pamoja na majibu yake kutoka kwenye mazingira unayoishi.
4. Jadiliana na wenzako kuhusu vitendawili hivyo mkisaidiwa na mwalimu wenu.
5. Kati ya vitendawili hivyo hivyo, angalia vilivyo vipya kwako na uvikariri.
6. Jaribu kutunga kitendawili kimoja na jadiliana na wenzako kuhusu kitendawili ulichotunga. Mwalimu wenu atawasaidia.

***

Majibu ya mazoezi

Zoezi la kwanza

Methali

Darasa la 5

Zoezi la 1.1

Kukamilisha methali
1. Ahadi ni deni.
2. Asiyesikia la mkuu huvunjika guu.
3. Ngojangoja huumiza matumbo.
4. Mvumilivu hula mbivu.
5. Haba na haba hujaza kibaba.

Zoezi la 1.2

Kuoanisha Sehemu A na B kupata methali iliyokamilika
1. Harakaharaka haina baraka.
2. Kuuliza si ujinga.
3. Mwenda pole hajikwai.
4. Siku za mwizi ni arubaini.
5. Akiba haiozi.

Zoezi la 1.3

Kuchagua maneno yaliyomo kwenye mabano kukamilisha methali
1. Debe
2. hufuata
3. chungu
4. haurambwi
5. Maji

Majibu

Zoezi la 1.4

Kuunganisha Sehemu A na B ili kupata methali kamili

1. (b)   2. (a)   3. (d)   4. (e)   5. (c)

Zoezi la 1.5

Kuzipanga vizuri methali zilizoparaganywa

1. Aisifuye mvua imemnyea.
2. Mzoea punda hapandi farasi.
3. Kimbia ugwe hujaona ng'ombe.
4. Nguo ya kuazima haisitiri matako.
5. Mwenye macho haambiwi tazama.

Zoezi la 1.6

Kuoanisha Sehemu A na B kupata methali iliyokamilika

1. (e)   2. (d)   3. (a)   4. (b)   5. (c)

Zoezi la 1.7

Kuchagua neno kwenye mabano kukamilisha methali

1. nyuki   2. Taa   3. kuku   4. Mbwa   5. ngoma

Zoezi la 1.8

Kukamilisha methali kwa kuandika herufi ya jibu sahihi ndani ya kiboksi

1. B   2. C   3. D   4. A   5. B

Zoezi la 1.9

Kukamilisha methali kwa kutumia majina ya wanyama

1. fisi   2. Mafahali   3. panya   4. simba   5. nyoka

Majibu

Zoezi la 1.10
Kutafuta maana za methali
1. (b)   2. (a)   3. (c)   4. (e)   5. (d)

Darasa la 6

Zoezi la 1.11
Kukamilisha methali.
1. Hasira hasara.
2. Penye nia pana njia.
3. Kawaida ni kama sheria.
4. Vita vya panzi furaha ya kunguru.
5. Usimwage mtama kwenye kuku wengi.
6. Ukitaka kuruka agana na nyonga.
7. Fimbo ya mnyonge ni umoja.
8. Asiyefunzwa na mamaye hufunzwa na ulimwengu.
9. Siku njema huonekana asubuhi.
10. Mgaagaa na upwa hali wali mkavu.
11. Akumulikaye mchana usiku atakuchoma.
12. Jambo usilolijua ni kama usiku wa giza.

Zoezi la 1.12
Kuchagua methali zinazofanana katika Sehemu A na B
1. Mwenda pole hajikwai.
   - (d) Polepole ndiyo mwendo.
2. Damu ni nzito kuliko maji.
   - (e) Zobe na msuwele ni wamoja.
3. Asiyeuliza hana ajifunzalo.
   - (a) Kuuliza si ujinga.
4. Maneno mengi hula vitendo.
   - (b) Mtaka unda haneni.
5. Linalowezekana leo lisingoje kesho.
   - (c) La leo hufanywa leo.

Majibu

Zoezi la 1.13
Kuandika neno badala ya picha ili kukamilisha methali
1. Mbuzi wa maskini hazai.
2. Mali bila daftari huisha bila habari.
3. Avumaye baharini papa kumbe na wengine wapo.
4. Simba mwenda pole ndiye mla nyama.
5. Nazi mbovu ni harabu ya nzima.

Zoezi la 1.14
Kuchagua maneno yaliyomo ndani ya boksi kukamilisha methali
1. mtu
2. Jembe
3. Asiyekuwapo
4. shetani
5. toka

Zoezi la 1.15
Kuunganisha Sehemu A na B kupata methali kamili
1. (c)   2. (e)   3. (d)   4. (a)   5. (b)

Zoezi la 1.16
Kuchagua maneno yaliyomo kwenye mabano kukamilisha methali
1. moyo   2. pua   3. mawingu   4. omo
5. akinyolewa

Zoezi la 1.17
Kuunganisha Sehemu A na B kupata methali
1. (d)   2. (a)   3. (e)   4. (b)   5. (c)

Zoezi la 1.18
Kuchagua maana ya methali
1. (e)   2. (a)   3. (c)   4. (d)   5. (b)

Zoezi la 1.19
Kukamilisha methali zifuatazo kwa kuandika herufi ya jibu sahihi
1. C   2. A   3. B   4. C   5. B

Majibu

Zoezi la 1.20

Kuchagua methali kwa kila maana

1. (c) 2. (a) 3. (e) 4. (d) 5. (b)

Darasa la 7

Zoezi la 1.21

Kuandika methali moja kwa kila picha

1. Mtaka cha mvunguni sharti ainame.
2. Mkuki kwa nguruwe kwa binadamu mchungu.
3. Shukrani ya punda ni mateke.
4. Mchumia juani hulia kivulini.
5. Usiandikie mate na wino upo.

Zoezi la 1.22

Kujaza nafasi zilizoachwa kwa kutumia maneno yaliyomo kwenye mabano kukamilisha methali

1. Zimwi likujualo halikuli likakwisha.
2. Hakuna masika yasiyokuwa na mbu.
3. Akufaaye kwa dhiki ndiye rafiki.
4. Mshika mawili moja humponyoka.
5. Mkaidi hafaidi hadi siku ya Idi.
6. Vita vya panzi furaha ya kunguru.
7. Papo kwa papo kamba hukata jiwe.

Zoezi la 1.23

Kukamilisha methali

1. Umoja ni nguvu, utengano ni udhaifu.
2. Bandu bandu humaliza gogo.
3. Baniani mbaya kiatu chake dawa.
4. Ukiona vyaelea vimeundwa.
5. Hakuna marefu yasiyokuwa na ncha.

Majibu

6. Tamaa mbele mauti nyuma.
7. Samaki mkunje angali mbichi.
8. Mtoto umleavyo ndivyo akuavyo.
9. Mtaka yote kwa pupa hukosa yote.
10. Ajifanya chongo, angaona.

Zoezi la 1.24

Kuzipanga vizuri methali zilizoparaganywa

1. Kisebusebu na kiroho papo.
2. Adhabu ya kaburi aijua maiti.
3. Hakuna msiba usio na mwenziwe.
4. Mchele mmoja mapishi mbalimbali.
5. Mtegemea cha nduguye hufa hali maskini.

Zoezi la 1.25

Kuchagua methali kwa kila maana

1. (b)   2. (a)   3. (c)   4. (e)   5. (d)

Zoezi la 1.26

Kuoanisha Sehemu A na B kupata methali iliyokamilika

1. (c)   2. (a)   3. (e)   4. (d)   5. (b)

Zoezi la 1.27

Kuandika maana za methali

1. Kitu chenye kuoza hakiachi kunuka hata kama kitafukizwa ubani.
2. Ukimfadhili punda atakupiga mateke.
3. Mtu anayekataa pema huwa pabaya panamwita.
4. Zimwi linalokufahamu haliwezi kukula kabisakabisa mpaka likakumaliza, lazima tu litakubakisha.
5. Wanapopigana mafahali wawili zinazoumia ni nyasi.

Majibu

Zoezi la 1.28
Kutafuta maana ya kila methali
1. (d) 2. (b) 3. (e) 4. (a) 5. (c)

Zoezi la 1.29
Kutafuta methali zinazofanana
1. (c) 2. (e) 3. (d) 4. (b) 5. (a)

Zoezi la 1.30
Kutafuta methali zinazokinzana na kuziandika pamoja kama jozi
1. Mcheza kwao hutunzwa. // Nabii hasifiwi kwao.
2. Mpanda ovyo hula ovyo. // Bila usumbufu huwi mtukufu.
3. Mtaka cha mvunguni sharti ainame. // Jitihada haiondoi kudura.
4. Mpenda chongo huona kengeza. // Moyo wa kupenda na kuwiza huwa.
5. Mgaagaa na upwa hali wali mkavu. // Bahati ya mwenzio usiilalie mlango wazi.

Darasa la 8

Zoezi la 1.31
Kukamilisha methali kwa kuandika neno badala ya picha
1. Kuku mgeni hakosi kamba mguuni.
2. Kuishi kwingi kuona mengi.
3. Jogoo wa shamba hawiki mjini.
4. Kidole kimoja hakivunji chawa.
5. Mchagua nazi huinukia koroma.

Zoezi la 1.32
Kukamilisha methali kwa kuunganisha Sehemu A na B
1. Kuvuja kwa pakacha nafuu kwa mchukuzi.
2. Jungu kuu halikosi ukoko.
3. Usipoziba ufa utajenga ukuta.
4. Polepole ndiyo mwendo.
5. Kilema si ugonjwa.

Majibu

Zoezi la 1.33

Kuzipanga vizuri methali zilizoparaganywa

1. Mdharau mwiba mguu huota tende.
2. Dau la mnyonge haliendi joshi.
3. Leo ni leo asemaye kesho ni mwongo.
4. Mchagua jembe si mkulima.

Zoezi la 1.34

Kuchora picha za maneno yaliyowekwa kwa mabano ili kukamilisha methali

1. Kutoa ni 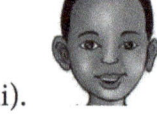 (moyo) usambe ni utajiri.

2. Penye 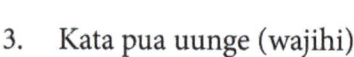 (miti) mingi hapana wajenzi.

3. Kata pua uunge (wajihi).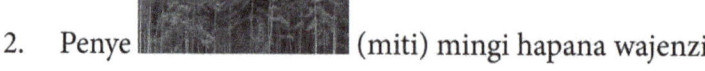

4. Dalili ya mvua ni 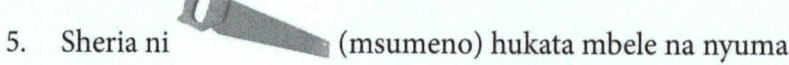 (mawingu).

5. Sheria ni (msumeno) hukata mbele na nyuma.

6. Upele humwota asiye na (kucha).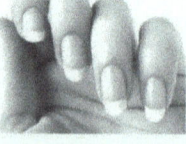

7. (Cha mwenzako) 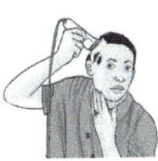 kikinyolewa na chako kitie maji.

8. (Pilipili)  usiyoila yakuwashia nini?

9. Aso tahadhari ni (ng'ombe).

10. (Kanga)  hazai ugenini.

Zoezi la 1.35

Kuchagua methali Sehemu A na maana yake kutoka Sehemu B

1. Mzahamzaha hutumbua usaha.
   (b) Dhihakadhihaka huishia kuleta mabaya.
2. Hakuna msiba usio na mwenziwe.
   (c) Matatizo yakianza kuja mara nyingi hayasimami bali yanaongozana.
3. Mtegemea cha nduguye hufa hali maskini.
   (d) Mtu anayetegemea kipato cha ndugu yake hufa katika hali ya umaskini.
4. Kisebusebu na kiroho papo.
   (e) Kuonesha kukataa jambo hali roho yako inalitaka (jambo hilo).
5. Mchele mmoja mapishi mbalimbali.
   (a) Mchele wa aina moja unaweza kupikwa katika mapishi tofauti.

Majibu

Zoezi la 1.36

Kuunganisha Sehemu A na B ili kupata methali iliyokamilika
1. Baada ya dhiki faraja.
2. Shibe mwana malevya njaa mwana malegeza.
3. Mbio za sakafuni huishia ukingoni.
4. Majuto ni mjukuu.
5. Heri kenda shika kuliko kumi nenda uje.

Zoezi la 1.37

Kuchagua methali zinazokinzana kutoka Sehemu A na B
1. Mpanda ovyo hula ovyo.
   (b) Kitema kuni temato.
2. Mcheza kwao hutunzwa.
   (c) Tenda wema wende zako usingoje shukrani.
3. Kipenda roho hula nyama mbichi.
   (a) Moyo wa kupenda na kuwiza huwa.
4. Subira huvuta heri.
   (e) Chelewachelewa utampata mwana si wako.
5. Dudu liumalo silipe kidole.
   (d) Hakuna kovu la masimango.

Zoezi la 1.38

Kuchagua methali zenye maana uliyopewa
1. Tabia ya kuwa na majivuno au maringo si ya kiungwana.
   (b) Kiburi si maungwana.
2. Maji yaliyomwagika si rahisi kuweza kuyazoa na kuyapata tena kama mwanzo.
   (c) Maji yakimwagika hayazoleki.
3. Wema na ubaya haviafikiani.
   (a) Lila na fila havitangamani.
4. Anayependa mtu mwenye jicho pofu yeye huona mboni ya jicho hilo imekwenda upande tu.
   (e) Mpenda chongo huona kengeza.

Majibu

5. Kila tukio linalotokea huwa na sababu zake au chanzo chake.
    (d) Baada ya kisa mkasa.

Zoezi la 1.39
Kutoa maana za methali
1. Ukishavua nguo kwa ajili ya kuoga, lazima uoge.
2. Mtu ambaye ana heshima kubwa huzungumzwa na kujulikana na watu wengi.
3. Mtu anayefanya kazi ya kutibu watu hawezi akajitibu mwenyewe; ni lazima aende kwa mganga mwingine.
4. Mtu anayeogopa au anayehofia mwanawe kulia, hulia yeye mwenyewe.
5. Mtu anayemwosha maiti ndiye anayejua kasoro yoyote aliyo nayo maiti.

Zoezi la 1.40
Kuchagua jibu lililo sahihi zaidi na kuiandika herufi yake katika kiboksi
1. A   2. A   3. C   4. C   5. B

Zoezi la ziada

I. Methali zinazofanana katika Sehemu A na B
1. Baada ya dhiki faraja. // (c) Penye wimbi na milango i papo.
2. Harakaharaka haina baraka. // (a) Subira huvuta heri.
3. Penye miti hapana wajenzi. // (b) Upele humwota asiye na kucha.

II. Methali zinazokinzana katika Sehemu A na B
1. Kawia ufike. // (b) Kutangulia si kufika.
2. Ukitaka kuruka agana na nyonga. // (c) Usiige kunya kwa tembo, utapasuka msamba.
3. Shukrani za punda mateke. // (a) Wema hauozi.

Majibu

Kazimradi

1. Methali ni kifungu cha maneno yanayosemwa kwa ufasaha na usanii kueleza ukweli wa maisha au kutolea nasaha. *AU,*

    Methali ni semi au kauli zenye busara na mafunzo kuhusu maisha na uhusiano wa watu.

2. Kazi za methali ni pamoja na:
    - Kuelimisha.
    - Kuburudisha.
    - Kuwakosoa na kuwakejeli watu.
    - Kupamba mazungumzo na maandishi.
    - Kueleza tamaduni na maisha ya watu.
    - Kuonya, kushauri na kuwarudi wanajamii.

3. Kwa mwongozo wa mwalimu, kila mwanafunzi atakusanya methali kumi (10) na maana zake kutoka kwenye mazingira anayoishi. Pia atakagua na kushauri nambari 6 mpaka 10.

4. Wanafunzi wakiwa katika vikundi, watajadiliana kuhusu methali zao huku wakisaidiwa na mwalimu.

5. Mwalimu atamwongoza kila mwanafunzi kuchagua methali mpya kati ya alizozikusanya na kumshajiisha ajifunze kuzikariri.

6. Mwalimu akague kazi kutoka nambari 6-10 na kumwongoza na kumshauri mwanafunzi.

Zoezi la pili

Majibu ya nahau/misemo

Darasa la 5

Zoezi la 2.1
Kukamilisha nahau/msemo kwa kuandika neno badala ya picha
1. vunjika moyo
2. zunguka mbuyu
3. unga mkono
4. kuwa macho
5. tupa jongoo

Zoezi la 2.2
Kukamilisha nahau/msemo
1. shika tama
2. kwenda haja
3. kula magendo
4. ona cha mtema kuni
5. shika tama/mkono

Zoezi la 2.3
Kuoanisha nahau/msemo na maana yake katika jedwali
1. kitindamimba — (b) mtoto wa mwisho kuzaliwa
2. kula rushwa — (c) kupokea hongo
3. hana mbele wala nyuma — (d) maskini wa kutupwa
4. kula chumvi nyingi — (a) kuishi kwa muda mrefu au miaka mingi
5. kanyaga chechele — (e) potea njia

Zoezi la 2.4
Kutoa maana za nahau/misemo
1. Kuwa na afya nzuri
2. Macho makubwa ya kuvutia
3. Pachapacha au bega kwa bega

4. Toa ukelele kwa sababu ya hofu
5. Kuwa na chuki, hasira au hata wivu

Zoezi la 2.5

Kutafuta nahau/msemo kwa kila maana iliyopo

1. (c)   2. (d)   3. (e)   4. (a)   5. (b)

Darasa la 6

Zoezi la 2.6

Kumalizia nahau/msemo

1. kufa kishujaa
2. kumkalia (mtu) kitako.
3. mvua za rasharasha
4. kulinda zamu
5. piga kithembe

Zoezi la 2.7

Kukamilisha nahau/msemo kwa kuandika neno badala ya picha

1. piga mbiu
2. tia nanga
3. toa heshima
4. tia moyo
5. piga domo

Zoezi la 2.8

Kuoanisha nahau/msemo katika Sehemu A na maana yake katika Sehemu B

1. piga chenga: kwepa
2. toa wosia: toa nasaha au mashauri mema.
3. kula kiapo: kuapa
4. mezea mate: tamani
5. piga marufuku: komesha

Zoezi la 2.9

Kutafuta nahau/misemo inayofanana

1. (c)   2. (d)   3. (e)   4. (b)   5. (a)

Majibu

Zoezi la 2.10

Kutafuta nahau/msemo kwa kila maana iliyopo
1. (b)   2. (a)   3. (e)   4. (c)   5. (d)

Darasa la 7

Zoezi la 2.11

Kupigia mstari nahau/msemo katika sentensi
1. Kombo hawezi kazi, mwulize <u>kupiga uvivu.</u>
2. <u>Mbiu ya mgambo</u> ikilia ina jambo.
3. Mvuvi <u>aliponea chupuchupu</u> mtumbwi wake ulipozama.
4. Baada ya <u>kuanua tanga</u> kila mtu alirudi nyumbani kwake.
5. Watu hawataki kufanya kazi na Boga kwa sababu <u>anawanyonya nguvu</u> wenzake.
6. Maneno yake <u>yalinikata maini</u> lakini ningefanyaje mnyonge kama mimi?
7. Tangu simu yake kuibwa, Omari <u>amekata mawasiliano</u> na sisi.
8. Vijana hao walipofiwa na mama yao <u>walikula mwata.</u>
9. Zuberi akiwa na mpira <u>huwapiga chenga</u> walinda lango wa timu pinzani.
10. Mtoto <u>alilala kifudifudi</u> kwenye vumbi.

Zoezi la 2.12

Kujaza nafasi zilizoachwa wazi ili kukamilisha nahau/msemo
1. kufa kiofisa (na tai shingoni)
2. tia chumvi
3. kata tamaa
4. pata jiko
5. kufa kikondoo
6. toa rambirambi /rushwa
7. kufa maji
8. kaa ange
9. ng'oa nanga
10. ona tabu

Majibu

Zoezi la 2.13

Kuchagua jibu sahihi kwa kila nahau/msemo na kuandika herufi yake ndani ya kiboksi

1. A 2. B 3. C 4. D 5. D

Zoezi la 2.14

Kuchagua nahau/msemo zenye maana iliyopo

1. (e) 2. (d) 3. (b) 4. (a) 5. (c)

Zoezi la 2.15

Kutafuta nahau/misemo zinazofanana

1. (d) 2. (e) 3. (a) 4. (b) 5. (c)

Darasa la 8

Zoezi la 2.16

Kukamilisha nahau/msemo

1. angua kicheko
2. moyo mgumu
3. shika hatamu
4. fanya juu chini
5. teka nyara

Zoezi la 2.17

Kuandika kwenye mabano nahau/msemo wenye maana uliyopewa

1. watu walikuja kwa wingi (watu walimiminika).
2. tahadhari (kaa chonjo).
3. kujua ukweli wa mambo (kujua mbivu na mbichi).
4. kuwa imara au vigumu kung'oka (ota mizizi).
5. kwa kushirikiana (bega kwa bega).

Zoezi la 2.18

Kutoa maana za nahau/msemo

1. fikiri sana
2. pokea kwa heshima

3. shinda -ingine; fanikiwa katika jambo; endelea vizuri
4. kubali jambo mdomoni tu, siyo katika moyo
5. kwa heri tupu na kuwa katika hali nzuri ya mwili

Zoezi la 2.19
Kuchagua maana sahihi ya nahau/msemo na kuandika herufi yake ndani ya kiboksi

1. D   2. C   3. D   4. D   5. A

Zoezi la 2.20
Kueleza maana za nahau/msemo

1. Mioyo imebanwa (si mikunjufu); haina furaha
2. Weka kitu (juani) nje ili kikauke au toa siri
3. Fedha kidogo; kiasi kidogo cha pesa
4. Danganya mtu au hadaa mtu
5. Tumia mali vibaya

Zoezi la ziada
Kuchagua nahau/msemo inayofanana katika Sehemu A na B

1. asi ukapera // pata jiko
2. ona cha mtema kuni // ona kilichomtoa kanga manyoya
3. kata tamaa // vunjika moyo
4. kufa kikondoo // kufa kiofisa (na tai shingoni)
5. visha kilemba cha ukoka // paka mafuta kwa mgongo wa chupa

Kazimradi

1. Nahau/Msemo ni maneno yenye maana maalumu ambayo ni maana tofauti na (maana) ya kawaida. *AU,*
   Nahau/Msemo ni fungu la maneno lenye maana maalumu isiyotokana na maana za kawaida za maneno hayo.
2. Kazi za nahau/msemo ni pamoja na:
   ♦ Kuongeza ladha na kupamba lugha.

Majibu

- Kudhihirisha ufundi wa lugha.
- Kupunguza ukali, matusi au aibu ya maneno.
- Kuchochea hisi fulani.
- Kutumiwa kufunza maadili au kuhimiza.
- Kusisitiza jambo fulani.

3. Kwa mwongozo wa mwalimu, kila mwanafunzi atakusanya nahau /misemo kumi (10) na maana zake kutoka kwenye mazingira anayoishi.
4. Wanafunzi wakiwa katika vikundi watajadiliana kuhusu nahau / misemo yao huku wakisaidiwa na mwalimu.
5. Mwalimu atamwongoza kila mwanafunzi kuchagua nahau /misemo mipya kati ya aliyoikusanya na kumshajiisha ajifunze kuikariri. Vilevile, mwalimu atakagua na kushauri kuhusu swali nambari 6 na 7.

* * *

Zoezi la tatu

Vitendawili

Darasa la 5

Zoezi la 3.1

Kuandika vitendawili kutokana na picha
1. Askari wangu ni mpole lakini adui wanamhara.
2. Hausimiki hausimami.
3. Watoto wa binadamu wakiondoka hawarudi.
4. Mhuni wa ulimwengu.
5. Ng'ombe wangu lazima nimshike mkono ndipo ale nyasi.

Zoezi la 3.2

Kutegua vitendawili na kuandika majibu kwenye mabano
1. Bibi hatui mzigo wake. (Konokono/Kobe)
2. Kaa hapa nikae pale tumfinye mchawi. (Kula ugali)
3. Mjomba hataki tuonane. (Kisogo)
4. Njoo umwone umpendaye. (Kioo)
5. Mfalme hushuka kwa kelele.(Radi)

Zoezi la 3.3

Kutega vitendawili kutokana na majibu
1. Kiota changu nimekizungushia boma la nyasi/Popoo mbili zavuka mto.
2. Kila mtu humwabudu apitapo.
3. Kulia kwake ni kicheko kwetu.
4. Mwarabu mweupe kasimama na mguu mmoja.
5. Askari mfupi kasimama mlangoni.

Majibu

Zoezi la 3.4

Kukamilisha kitendawili na kuandika jibu lake kwenye mabano
1. Baniani (Chicha)
2. babu (Ugali)
3. harusi (Chumvi)
4. kuku (Nanasi)
5. mlango (Chupa)

Zoezi la 3.5

Kuunganisha Sehemu A na B kupata kitendawili kamili na kisha, kuandika jibu lake
1. (c) Kufuli
2. (d) Fiwi
3. (b) Mgomba
4. (e) Uyoga
5. (a) Kikombe

Darasa la 6

Zoezi la 3.6

Kuchagua jibu sahihi la kitendawili na kuiandika herufi yake ndani ya kiboksi
1. B
2. D
3. C
4. A
5. C

Zoezi la 3.7

Kutega vitendawili kutokana na picha
1. Teketeke huzaa gumugumu, gumugumu huzaa teketeke.
2. Ajihami bila silaha.
3. Mbwamwitu wamemzunguka kumlinda.
4. Amefika kabla mjumbe hajarudi.
5. Kondoo wetu ana nyama nje na ngozi ndani.

Zoezi la 3.8

Kutega vitendawili
1. Kombe la Mungu li wazi.
2. Anaota moto kwa mgongo.
3. Jinamizi laniita lakini silioni.

4. Haukamatiki wala haushikiki.
5. Nyumba yangu ndogo ina wapangaji wengi.

Zoezi la 3.9

Kutegua vitendawili

1. Sindano
2. Yai
3. Chungu
4. Boga
5. Kamasi

Zoezi la 3.10

Kuoanisha Sehemu A na B kupata kitendawili na kisha, kuandika jibu lake

1. (b) Ugonjwa wa matende
2. (d) Nazi na Mkwezi
3. (e) Mvua
4. (c) Nyayo zinapotembea
5. (a) Dema

Darasa la 7

Zoezi la 3.11

Kukamilisha vitendawili

1. Mti wangu una matawi saba: manne mabichi, mawili makavu na moja lina kichaa. (Ngombe: miguu, pembe, mkia)
2. Huchagui wala hushauriwi. (Kuzaliwa/Kufa)
3. Hesabu yake haina faida. (Nywele/Nyota/Mchanga)
4. Huuawa na uzazi wake. (Kinyonga/Mgomba/Nyenje)
5. Kitu kidogo kimemtoa mfalme kitini. (Haja ndogo)

Zoezi la 3.12

Kuchagua jibu sahihi kwa kila kitendawili na kuiandika herufi yake ndani ya kiboksi

1. C
2. A
3. D
4. C
5. A

Majibu

Zoezi la 3.13

Kutega vitendawili

1. Ana meno lakini hayaumi.
2. Sanduku la babu latufurahisha.
3. Kamba yangu ndefu haifungi kuni.
4. Kitu kidogo kimemtoa Mfalme kitini.
5. Nina kitendawili changu cha ajabu, kina matone ya dhahabu.

Zoezi la 3.14

Kutafuta vitendawili vyenye majibu sawa

1. (c)　　2. (e)　　3. (a)　　4. (d)　　5. (b)

Zoezi la 3.15

Kutegua vitendawili

1. Difu/Ndifu
2. Mwezi na Nyota
3. Nazi
4. Kunde na mbaazi – au vitu vilivyofanana
5. Fundo

Darasa la 8

Zoezi la 3.16

Kuandika neno badala ya picha na kisha kuandika jibu la kitendawili kwenye mabano

1. Gari langu halitumii mafuta. (Miguu)
2. Chungu cha mwitu hakiwapiki wapishi wake wakaiva. (Mzinga wa nyuki)
3. Niliwachinjia ng'ombe wanangu, nikala nyama, nikapanda mkia ukaota, ukawa ng'ombe tena. (Mua)
4. Mlima wa kwetu hupandwa kuanzia kileleni. (Ugali/Sima)
5. Kiti changu cha dhahabu hakikaliwi na watu. (moto)

Majibu

Zoezi la 3.17

Kuchagua jibu sahihi la kitendawili na kisha kuiandika herufi yake ndani ya kiboksi

1. B 2. C 3. D 4. C 5. C

Zoezi la 3.18

Kutega vitendawili

1. Tega nikutegue//subiri kidogo.
2. Ana macho lakini haoni.
3. Wanihisi lakini hunioni.
4. Baba kafa mfupa wanuka.
5. Ubwabwa wa mwana mtamu.

Zoezi la 3.19

Kutafuta vitendawili vyenye jibu sawa na kuandika jibu lao

1. (a) Kaburi
2. (d) Meno na Ulimi
3. (e) Mgomba
4. (b) Yai
5. (c) Kata ya maji

Zoezi la 3.20

Kutegua vitendawili

1. Giza/Kiza
2. Mungu
3. Moto
4. Meno na Ulimi
5. Magurudumu ya gari

Zoezi la ziada

Kutafuta vitendawili vyenye majibu sawa kutoka Sehemu A na B

1. Akitembea huringa hata akiwa safarini.
   (b) Huuawa na uzazi wake.
2. Bomu la machozi baridi.
   (a) Haukamatiki wala haushikiki.
3. Hana adabu wala staha kwa watu.
   (g) Parr, mpaka Makka!
4. Kila mtu humwabudu apitapo.
   (d) Mimi nakujongelea, kwa nini wewe wanitumbulia macho tu?

Majibu

5. Kipo lakini hukioni.
   (e) Mjomba hataki tuonane.
6. Kulia kwake ni kicheko kwetu.
   (f) Mnazi wangu uko Mrima lakini nanywa madafu hapa.
7. Popoo mbili zavuka mto.
   (c) Kiota changu nimekizungushia boma la nyasi.

Kazimradi

1. Kitendawili ni maneno yanayoeleza jambo fulani lakini kwa njia ya kuficha. *AU,*

   Kitendawili ni maneno yanayoficha maana ya kitu ili kisijulikane kwa urahisi. *AU,*

   Kitendawili ni usemi uliofumbwa ambao hutolewa kwa hadhira ili ufumbuliwe.

2. Kazi za vitendawili katika jamii ni pamoja na:
   - Kuchemsha bongo
   - Kuelimisha
   - Kuburudisha
   - Kuimarisha ujuzi wa lugha
   - Kufunza maarifa
   - Kunoa udadisi
   - Kuimarisha uwezo wa kukumbuka.

3. Kwa mwongozo wa mwalimu, kila mwanafunzi atakusanya vitendawili kumi (10) na majibu yake kutoka kwenye mazingira anayoishi.
4. Wanafunzi wakiwa katika vikundi, watajadiliana kuhusu vitendawili vyao huku wakisaidiwa na mwalimu.
5. Mwalimu atamwongoza kila mwanafunzi kuchagua vitendawili vipya kati ya alivyovikusanya na kumshajiisha ajifunze kuvikariri.
6. Kwa msaada wa mwalimu, kila mwanafunzi atatunga kitendawili kimoja na kujadiliana na mwenzake kuhusu kitendawili hicho.

***

www.ingramcontent.com/pod-product-compliance
Ingram Content Group UK Ltd.
Pitfield, Milton Keynes, MK11 3LW, UK
UKHW020247240426
12048UKWH00027B/1646